# MATREIÐSLUBÓK OSTRUUNNANDANS

Skoðaðu heim ostrunnar í gegnum 100 ómótstæðilegar sköpunarverk

HALLBERA GUÐBJÖRNSDÓTTIR

Höfundarréttarefni ©2023

Allur réttur áskilinn

Engan hluta þessarar bókar má nota eða senda á nokkurn hátt eða á nokkurn hátt án skriflegs samþykkis útgefanda og höfundarréttarhafa, nema stuttar tilvitnanir sem notaðar eru í umsögn. Þessi bók ætti ekki að koma í staðinn fyrir læknisfræðilega, lögfræðilega eða aðra faglega ráðgjöf.

# EFNISYFIRLIT

EFNISYFIRLIT ........................................................................................... 3
INNGANGUR ............................................................................................ 6
MORGUNMATUR ..................................................................................... 7
   1. Ostru eggjakaka ................................................................................. 8
   2. Hangtown steikja með parmesan og ferskum kryddjurtum .............10
   3. Ostrur Benedikt ................................................................................12
   4. Ostrus og spínat Frittata ..................................................................14
   5. Ostru- og avókadóbrauð ..................................................................16
   6. Ostru- og rjómaostbagel ..................................................................18
   7. Oyster Breakfast Hash .....................................................................20
   8. Ostru og spínat morgunverðarumbúðir ............................................22
   9. Ostrus- og beikonmorgunmatur .......................................................24
  10. Ostrus- og aspasfrittata ...................................................................26
  11. Ostru og cheddar morgunverðarkex ................................................28
  12. Ostru- og maíspönnukökur ..............................................................30
  13. Oyster Breakfast Tacos ....................................................................32
  14. Bagelsamloka með ostrum og reyktum laxi .....................................34
  15. Morgunverðarskál með ostrum og grjónum ....................................36
  16. Ostru- og sveppamorgunverðarkrem ...............................................38
SNILLINGUR OG FORRÆTI ....................................................................40
  17. Ostru krókettur .................................................................................41
  18. Ostrus og tómatar Bruschetta .........................................................43
  19. Oyster Sushi Rolls ...........................................................................45
  20. Ostru- og gráðostur Crostini ...........................................................47
  21. Cajun Steiktar rækjur og ostrur .......................................................49
  22. Steiktar ostrur ..................................................................................51
  23. Ostru og habanero ceviche .............................................................53
  24. Beikon-ostrubitar .............................................................................55
  25. Ostrur og kavíar ...............................................................................57
  26. Ostru vorrúllur ..................................................................................59
  27. Tempura steiktar ostrur ....................................................................61
  28. Klassískar ostrur Rockefeller ..........................................................63
  29. Ostruskyttur .....................................................................................65
  30. Forréttir í ostrum og beikoni ............................................................67
  31. Kryddduð ostrusdýfa ........................................................................69
  32. Ostru- og gúrku-canapés .................................................................71
  33. Oyster og Mango Salsa Tostadas ...................................................73
  34. Ostrur og Pesto Crostini ..................................................................75
  35. Ostru og beikon Jalapeño Poppers .................................................77
  36. Oyster og Mango Guacamole .........................................................79
  37. Ostrus- og geitaostur fylltir sveppir ..................................................81
  38. Ostrus- og ananasspjót ...................................................................83
  39. Ostru- og prosciutto rúllur ................................................................85
  40. Oyster og Mango Ceviche ...............................................................87

41. Ostrus- og hvítlaukssmjör Escargot Style .................................................. 89
42. Ostrur í spænskum stíl .................................................. 91
43. Ponzu ostrur .................................................. 93
44. Mignonette ostrur .................................................. 95
45. Gúrka & Lychee Granita ostrur .................................................. 97
46. Salsa Verde ostrur .................................................. 99
47. Kilpatrick ostrur .................................................. 101
48. Gin & Tonic ostrur .................................................. 103
49. Eplasafi ostrur .................................................. 105

**RAUNNAÐUR .................................................. 107**
50. Ostrusnúðlur .................................................. 108
51. Ostrupott .................................................. 110
52. Ostru og pylsa Jambalaya .................................................. 113
53. Ostrupottréttur .................................................. 115
54. Lax með ostrum og þangi .................................................. 117
55. Ostrusúpapottréttur .................................................. 119
56. Einfaldar grillaðar ostrur .................................................. 121
57. Hvítlaukur Asiago ostrur .................................................. 123
58. Wasabi ostrur .................................................. 125
59. Ostru- og sveppirisotto .................................................. 127
60. Kryddaðar reyktar ostrur .................................................. 129
61. Ostrur með sósu Mignonette .................................................. 131
62. Ostrur með kampavíni Sabayon .................................................. 133
63. Djúpsteiktar ostrur með chili-hvítlaukskonfetti .................................................. 135
64. Grillaðar ostrur með hvítlauksparmesansmjöri .................................................. 137
65. Oyster Po' Boy .................................................. 139
66. Virginia skinka og ostrur .................................................. 141
67. Ostrur og rakhnífasamloka .................................................. 143
68. Ostrus- og spínatfylltar kjúklingabringur .................................................. 145
69. Ostru- og rækjupasta .................................................. 147
70. Grillaðir Oyster Tacos .................................................. 149
71. Ostru og beikon Carbonara .................................................. 151
72. Oyster og Teriyaki hrærið .................................................. 153

**SÚPUR OG KÆFUR .................................................. 155**
73. Crockpot humarbisque .................................................. 156
74. Ostru- og sætkartöflukæfa .................................................. 158
75. Ostru- og maískæfa .................................................. 160
76. Ostrusúpa með engifer .................................................. 162
77. Reykt ostrusúpa og kartöflusúpa .................................................. 164
78. Lótus rótar- og sveppasúpa .................................................. 166
79. Lagniappe chili .................................................. 168
80. Kryddduð ostrus- og tómatsúpa .................................................. 171
81. Ostrus- og blaðlaukskartöflusúpa .................................................. 173
82. Asísk chrysanthemum skál .................................................. 175
83. Ostrus- og villisveppabisque .................................................. 177
84. Ostrusúpa og ristað rauð piparsúpa .................................................. 179

85. Ostru og maís Velouté .................................................................. 181
86. Ostru og saffran sjávarréttasúpa ................................................. 183
87. Rjómalöguð ostrur og kartöflukæfa ............................................ 185
88. Ostrus- og sellerísúpa .................................................................. 187
89. Reykt ostrukæfa ........................................................................... 189
90. Ostrus- og fennelbisque .............................................................. 191
**SALÖT OG MEÐBÆR** .................................................................... **193**
91. Ostrusalat og avókadó ................................................................ 194
92. Ostru Rockefeller salat ................................................................ 196
93. Kínóasalat með ostrum og granatepli ...................................... 198
94. Ostru og avókadó gúrkusalat .................................................... 200
95. Ostrusalat og mangósalat með chili-lime dressingu .............. 202
96. Ostrusalat og vatnsmelónusalat ............................................... 204
97. Ostrusalat og aspasalat .............................................................. 206
98. Ostrusalat og kínóasalat ............................................................ 208
99. Ostrusalat og kúskússalat ......................................................... 210
100. Ostrus- og radísusala ............................................................... 212
**NIÐURSTAÐA** ................................................................................ **214**

# KYNNING

Í heimi matargerðarlistarinnar grípa fáir gersemar úr hafinu skynfærin og kveikja ástríðu fyrir matreiðslu alveg eins og ostrur. Björt safarík þeirra og áberandi áferð hafa fléttað sögur af sjórænum eftirlátssemi um aldir og skapað arfleifð sem er yfir tíma og fjöru. Velkomin í "Matreiðslubók ostruunnandans" matreiðslubók sem býður þér að leggja af stað í yfirgripsmikið ferðalag um hið ótrúlega ríki ostranna.

Þegar við opnum síður þessarar matreiðslubókar stígum við inn í heim þar sem sinfónía hafsins skipar matreiðslu frásögnina. Ostrur, með sína ríku sögu og fjölbreyttu afbrigði, verða ekki bara hráefni heldur sögupersónur í matarsögu sem þróast yfir strandlandslag, sjávarhefðir og eldhús ákafta ostruáhugamanna.

Sjáðu fyrir þér hrikalegar strendur, þar sem flóð og fjöru ræður takti lífsins. Ímyndaðu þér líflega sjávarafurðamarkaði, iðandi af krafti sjómanna sem koma með afla dagsins. Sjáðu fyrir þér samfélagsgleðina sem fylgir því að steypa veislur og innilegar samkomur þar sem ostrur eru í aðalhlutverki, hver skel á skipi sem ber kjarna hafsins til ákafa gómsins.

Þessi matreiðslubók er vegabréf til að kanna blæbrigðaríka listmennsku ostrunar. Það gengur lengra en að sökkva sér, býður þér að afhjúpa leyndardóma ýmissa ostruafbrigða, skilja lúmskt samspil bragða og ná tökum á tækninni sem umbreytir þessum lindýrum í matreiðslumeistaraverk. Allt frá flauelsmjúku faðmi hrár ostrur til töfrandi töfra eldaðra sköpunarverks, hver uppskrift er ástarbréf til margþætts sjarma þessara úthafsskartgripa.

Hvort sem þú ert vanur ostrusunnandi eða einhver sem er að leggja af stað í ostruleitarferð þá eru þessar síður griðastaður fyrir matreiðslu. Gakktu til liðs við okkur þegar við kafum ofan í blæbrigði ostrur terroir, gerum tilraunir með frumlegar pörun og fögnum tímalausu töfrum þessara samloka undra. Saman siglum við um flókinn, auðugan og ómótstæðilegan heim ostrunnar – ferð sem lofar ekki bara ljúffengum bitum heldur djúpri þakklæti fyrir góðæri hafsins.

Svo, með ostrushníf í hendi og tilfinningu fyrir matreiðsluævintýri, láttu könnunina hefjast. Megi eldhúsið þitt vera striga fyrir bragði sjávarins og megi "Matreiðslubók ostruunnandans" vera traustur leiðarvísir þinn í gegnum dáleiðandi heim ostrunnar.

# Morgunmatur

# 1. Ostru eggjakaka

**HRÁEFNI:**
- 1 tugi lítilla ostrur, hrærðar, um 10–12 aura
- 2 þeytt egg
- 2 matskeiðar sætkartöflumjöl
- 1/4 bolli vatn
- Fínt saxaður kóríander og grænn laukur
- Salt, pipar
- 2 matskeiðar smjörfeiti eða olía til steikingar

**LEIÐBEININGAR:**
a) Búið til þunnt deig í stórri skál með sætu kartöflumjölinu og vatni. Gakktu úr skugga um að hveitið sé alveg uppleyst.
b) Hitið pönnu til reykingar. Húðaðu yfirborð pönnunnar með smjörfeiti eða olíu.
c) Hellið sætkartöfludeiginu út í. Þegar það er næstum alveg stíft en enn blautt að ofan, hellið eggjum þeyttum með salti og pipar út í.
d) Þegar botninn á sterkjuskorpu eggjakökunni er gylltur og þeytta eggið er hálf stíft skaltu brjóta eggjakökuna í bita með spaða. Ýttu þeim til hliðar.
e) Bætið ostrum, grænum lauk og kóríander út í og hrærið í 1/2 mínúta. Brjótið saman og blandið egginu saman við.
f) Berið fram með heitri sósu eða sætri chilisósu að eigin vali.

## 2. Hangtown steikja með parmesan og ferskum kryddjurtum

## HRÁEFNI:
- 6 stór egg
- ¼ bolli þungur rjómi
- 2 strá heit piparsósa
- 1 tsk söxuð fersk basilíka
- 1 tsk saxað ferskt oregano
- ¼ tsk nýmalaður svartur pipar
- ⅓ bolli nýrifinn parmesanostur, skipt
- 1 tsk ólífuolía
- 1 matskeið smjör
- 12 litlar ostrur, tæmdar
- 2 matskeiðar saxuð fersk steinselja

## LEIÐBEININGAR:
a) Forhitið grillið; settu grindina um 5 tommur frá steikingareiningunni.
b) Þeytið egg í skál. Bætið við rjóma, heitri sósu, basil, oregano, svörtum pipar og 1 matskeið af rifnum parmesanosti.
c) Hitið olíu á pönnu við meðalháan hita. Bræðið smjörið á pönnu og hrærið því í kringum til að húða pönnuna jafnt. Setjið ostrurnar í pönnu og brúnið á báðum hliðum, ca 1 mín á hvorri hlið. Látið vökvann minnka aðeins, um 30 sekúndur lengur.
d) Hellið eggjablöndunni hægt yfir ostrurnar, haltu ostrunum jafnt dreift á pönnunni. Eftir um 30 sekúndur skaltu hrista pönnuna örlítið en ekki hræra. Eftir um 3 mínútum þegar botninn og hliðar egganna byrja að stífna, stráið því sem eftir er yfir ostur ofan á og setjið pönnuna undir grillið.
e) Steikið þar til eggin byrja að blása í kringum brúnirnar og toppurinn er fallega brúnn, 5 til 7 mínútur. Taktu úr ofninum; stráið saxaðri steinselju yfir. Berið fram strax

## 3.Ostrur Benedikt

**HRÁEFNI:**
- 4 enskar muffins, klofnar og ristaðar
- 8 steikt egg
- 16 ferskar ostrur, létt soðnar
- Hollandaise sósa
- Saxaður graslaukur til skrauts

**LEIÐBEININGAR:**
a) Settu tvö steikt egg á hvern enska muffinshelming.
b) Toppið hvern með tveimur soðnum ostrum.
c) Hellið hollandaise sósu yfir ostrurnar.
d) Skreytið með söxuðum graslauk.
e) Berið fram strax.

## 4.Ostrus og spínat Frittata

**HRÁEFNI:**
- 12 ferskar ostrur, hrærðar
- 1 bolli ferskt spínat, saxað
- 8 egg
- 1/2 bolli mjólk
- Salt og pipar eftir smekk
- 1 bolli rifinn Gruyere ostur

**LEIÐBEININGAR:**
a) Forhitið ofninn í 375°F (190°C).
b) Þeytið egg, mjólk, salt og pipar í skál.
c) Smyrðu ofnþolna pönnu og settu hana yfir meðalhita.
d) Bætið spínati út í og eldið þar til það er visnað.
e) Dreifið úthýddum ostrum yfir spínatið.
f) Hellið eggjablöndunni yfir ostrurnar og spínatið.
g) Stráið rifnum Gruyere osti yfir.
h) Færið pönnuna yfir í ofninn og bakið í 20-25 mínútur eða þar til hún hefur stífnað.
i) Skerið í sneiðar og berið fram.

## 5.Ostru- og avókadóbrauð

**HRÁEFNI:**
- 4 sneiðar af heilkornabrauði, ristaðar
- 2 þroskuð avókadó, maukuð
- 8 ferskar ostrur, hrærðar
- Sítrónusafi
- Rauð piparflögur (valfrjálst)
- Salt og pipar eftir smekk

**LEIÐBEININGAR:**
a) Dreifið maukuðu avókadó jafnt á hverja sneið af ristuðu brauði.
b) Settu tvær ostrur ofan á hvert ristað brauð.
c) Kreistið smá sítrónusafa yfir hvert ristað brauð.
d) Kryddið með salti, pipar og rauðum piparflögum ef vill.
e) Berið fram strax.

## 6.Ostru og rjómaostur Bagel

## HRÁEFNI:

- 4 beyglur, klofnar og ristaðar
- 8 aura rjómaostur, mildaður
- 16 ferskar ostrur, soðnar eða grillaðar
- Kapers til skrauts
- Ferskt dill til skrauts

## LEIÐBEININGAR:
a) Smyrjið rjómaosti á hvern helming af ristuðu beyglunum.
b) Setjið sojaðar eða grillaðar ostrur ofan á rjómaostinn.
c) Skreytið með kapers og fersku dilli.
d) Berið fram opið andlit.

# 7. Oyster Breakfast Hash

**HRÁEFNI:**
- 1 pund kartöflur, skornar í teninga
- 1 laukur, skorinn í bita
- 1 rauð paprika, skorin í teninga
- 16 ferskar ostrur, hrærðar
- 4 egg
- Salt og pipar eftir smekk
- Fersk steinselja til skrauts

**LEIÐBEININGAR:**
a) Eldið kartöflur á pönnu þar til þær eru gullinbrúnar og stökkar.
b) Bætið lauk og papriku á pönnuna og steikið þar til það er mjúkt.
c) Bætið shucked ostrunum út í og eldið þar til þær eru aðeins orðnar í gegn.
d) Á sérstakri pönnu, steikið egg að vild.
e) Berið ostrukassinn fram með steiktu eggi.
f) Skreytið með salti, pipar og ferskri steinselju.

## 8.Ostru og spínat morgunverðarpakka

**HRÁEFNI:**

- 4 stórar hveiti tortillur
- 1 bolli ferskt spínat, steikt
- 16 ferskar ostrur, grillaðar eða pönnusteiktar
- 1 bolli fetaostur, mulinn
- heit sósa (valfrjálst)

**LEIÐBEININGAR:**

a) Leggðu út hverja tortillu og skiptu steiktu spínatinu jafnt.
b) Setjið grillaðar eða pönnusteiktar ostrur ofan á spínatið.
c) Stráið muldum fetaosti yfir ostrurnar.
d) Dreypið heitri sósu yfir ef vill.
e) Rúllið tortillunum upp í umbúðir og berið fram.

# 9.Ostrus og beikon morgunmatur Quiche

## HRÁEFNI:

- 1 forgerð bökubotn
- 12 ferskar ostrur, hrærðar
- 6 sneiðar beikon, soðið og mulið
- 1 bolli rifinn svissneskur ostur
- 4 egg
- 1 bolli hálf og hálf
- Salt og pipar eftir smekk

## LEIÐBEININGAR:

a) Forhitið ofninn í 375°F (190°C).
b) Setjið tertubotninn í tertuform.
c) Dreifið ostrum og muldum beikoni yfir skorpuna.
d) Stráið rifnum svissneskum osti yfir.
e) Í skál, þeytið saman egg, hálft og hálft, salt og pipar.
f) Hellið eggjablöndunni yfir ostrurnar, beikonið og ostinn.
g) Bakið í 35-40 mínútur eða þar til deigið er stíft.
h) Leyfið því að kólna aðeins áður en það er skorið í sneiðar og borið fram.

## 10. Ostrus og Aspas Frittata

**HRÁEFNI:**
- 12 ferskar ostrur, hrærðar
- 1 bolli aspas, saxaður
- 8 egg
- 1/2 bolli rifinn parmesanostur
- Salt og pipar eftir smekk
- 2 matskeiðar ólífuolía

**LEIÐBEININGAR:**
a) Forhitið ofninn í 375°F (190°C).
b) Steikið aspas í ólífuolíu þar til hann er örlítið mjúkur í ofnþolinni pönnu.
c) Bætið shucked ostrum í pönnuna og eldið í nokkrar mínútur.
d) Þeytið saman egg, parmesan, salt og pipar í skál.
e) Hellið eggjablöndunni yfir aspas og ostrur.
f) Eldið á helluborðinu í nokkrar mínútur og setjið síðan í ofninn.
g) Bakið þar til frittatan er stíf og gullinbrún.
h) Skerið í sneiðar og berið fram.

## 11.Ostru og cheddar morgunverðarkex

**HRÁEFNI:**

- 8 kex, skipt og ristað
- 16 ferskar ostrur, létt soðnar
- 1 bolli rifinn cheddar ostur
- 1/2 bolli majónesi
- 1 matskeið Dijon sinnep
- Ferskt dill til skrauts

**LEIÐBEININGAR:**

a) Blandið saman rifnum cheddar, majónesi og Dijon sinnepi í skál.
b) Dreifið cheddarblöndunni á hvern helming ristuðu kexanna.
c) Setjið létt sojaðar ostrur ofan á.
d) Skreytið með fersku dilli.
e) Berið fram sem opnar morgunverðarsamlokur.

## 12. Ostru- og maíspönnukökur

**HRÁEFNI:**
- 1 bolli maísmjöl
- 1 bolli alhliða hveiti
- 2 tsk lyftiduft
- 1/2 tsk salt
- 2 egg
- 1 bolli mjólk
- 16 ferskar ostrur, hrærðar
- Smjör til eldunar

**LEIÐBEININGAR:**
a) Í skál, þeytið saman maísmjöl, hveiti, lyftiduft og salt.
b) Þeytið egg og mjólk í aðra skál og bætið svo við þurrefnunum.
c) Hitið pönnu eða pönnu og bræðið smjör.
d) Setjið pönnukökudeig með skeið á pönnu og setjið ostrur á hverja pönnuköku.
e) Eldið þar til loftbólur myndast á yfirborðinu, snúið svo við og eldið hina hliðina.
f) Berið fram með hlynsírópi eða heitri sósu.

## 13. Oyster Breakfast Tacos

**HRÁEFNI:**

- 8 litlar maístortillur
- 16 ferskar ostrur, grillaðar eða pönnusteiktar
- 1 bolli hrásalatblanda
- 1/2 bolli niðurskornir tómatar
- Chipotle Mayo til að drekka
- Ferskt kóríander til skrauts

**LEIÐBEININGAR:**

a) Hitið maístortillurnar í þurrri pönnu eða örbylgjuofni.
b) Settu grillaðar eða pönnusteiktar ostrur á hverja tortillu.
c) Toppið með hrásalatiblöndu og sneiðum tómötum.
d) Dreifið með chipotle majó.
e) Skreytið með fersku kóríander.
f) Berið fram sem dýrindis morgunmat taco.

## 14. Bagel samloka með ostrum og reyktum laxi

**HRÁEFNI:**
- 4 allt beyglur, klofnar og ristaðar
- 8 aura reyktur lax
- 16 ferskar ostrur, soðnar eða grillaðar
- Rjómaostur
- Rauðlaukssneiðar
- Kapers til skrauts

**LEIÐBEININGAR:**
a) Smyrjið rjómaosti á hvern helming af ristuðu beyglunum.
b) Setjið sneiðar af reyktum laxi á neðri helminginn.
c) Toppið með soðnum eða grilluðum ostrum.
d) Bætið rauðlaukssneiðum og kapers út í.
e) Setjið hinn helminginn af beyglunni ofan á.
f) Berið fram sem fullnægjandi beyglusamloku.

## 15. Morgunverðarskál með ostrum og grjónum

**HRÁEFNI:**

- 1 bolli grjón, soðin
- 16 ferskar ostrur, létt soðnar
- 1 bolli kirsuberjatómatar, helmingaðir
- 1/4 bolli grænn laukur, saxaður
- Heit sósa til að drekka
- Steikt egg (valfrjálst)

**LEIÐBEININGAR:**
a) Eldið grjón í samræmi við LEIÐBEININGAR á pakkanum:.
b) Skeið soðnu grjóni í skálar.
c) Toppið með léttsoðnum ostrum, kirsuberjatómötum og grænum lauk.
d) Dreypið heitri sósu yfir.
e) Valfrjálst, bætið soðnum eggjum ofan á.
f) Berið fram heitt.

# 16.Ostru og sveppir morgunmat crepes

**HRÁEFNI:**
- 8 crepes (keypt í búð eða heimabakað)
- 16 ferskar ostrur, steiktar eða grillaðar
- 1 bolli sveppir, sneiddir
- 1/2 bolli Gruyere ostur, rifinn
- Ferskt timjan til skrauts
- Salt og pipar eftir smekk

**LEIÐBEININGAR:**
a) Í hverja crepe skaltu setja steiktar eða grillaðar ostrur og sneiða sveppi.
b) Stráið Gruyere osti yfir ostrurnar og sveppina.
c) Kryddið með salti og pipar.
d) Brjótið crepes saman og setjið í eldfast mót.
e) Bakið þar til osturinn er bráðinn og freyðandi.
f) Skreytið með fersku timjan og berið fram.

# SNILLINGAR OG FORréttir

## 17.Ostru krókettur

**HRÁEFNI:**
- ¼ bolli smjör
- ¼ bolli alhliða hveiti
- 1 bolli Mjólk
- Salt
- Nýmalaður pipar
- 3 matskeiðar Smjör
- 4 Saxaður skalottlaukur
- 1 pund hakkaður sveppir
- 24 Þurrkaður og klappaður þurr ostrur
- (til djúpsteikingar) jurtaolíu
- 3 egg
- Hveiti
- 4 bollar Nýtt brauðrasp
- Vatnakarsa
- Sítrónubátar

**LEIÐBEININGAR:**
a) Bræðið ¼ bolli smjör í þungum miðlungs potti við lágan hita.
b) Þeytið ¼ bolla af hveiti út í og hrærið í 3 mínútur. Þeytið mjólk út í og látið suðuna koma upp. Lækkið hitann og látið malla í 5 mínútur, hrærið af og til. Kryddið með salti og pipar.
c) Bræðið 3 matskeiðar smjör í þungri miðlungs pönnu við miðlungs lágan hita. Bætið skalottlaukum út í og eldið þar til hann er mjúkur, hrærið af og til, um það bil 5 mínútur. Bætið sveppum út í, aukið hitann og eldið þar til allur vökvi er gufaður upp, hrærið af og til, um það bil 10 mínútur. Kryddið með salti og pipar. Hrærið sveppablönduna út í sósuna. Flott.
d) Hitið pönnu yfir meðalháum hita. Bætið ostrum saman við og blandið í 2 mínútur.
e) Flott.
f) Hitið olíu í 425 gráður. í djúpsteikingarpotti eða þungum stórum potti. Þeytið egg til að blanda saman við 1 matskeið jurtaolíu. Pakkaðu sósu utan um hverja ostrur, myndaðu vindlaform. Dýptu í hveiti, hristu umframmagn af. Dýfið í eggjablöndu. Veltið í brauðmylsnu. Steikið í skömmtum þar til þær eru gullinbrúnar, um 4 mínútur. Fjarlægðu með sleif og tæmdu á pappírshandklæði.
g) Raðið Croquetas á fat. Skreytið með karsa og sítrónu.

## 18.Ostrus og tómatar Bruschetta

**HRÁEFNI:**
- 1 franskt baguette, skorið í sneiðar og ristað
- 2 bollar kirsuberjatómatar, helmingaðir
- 16 ferskar ostrur, soðnar eða grillaðar
- Balsamic gljáa til að drekka
- Fersk basilíkublöð til skrauts

**LEIÐBEININGAR:**
a) Blandið kirsuberjatómötum saman við salti og pipar í skál.
b) Setjið steiktar eða grillaðar ostrur ofan á hverja ristuðu baguette sneið.
c) Hellið krydduðu tómötunum yfir ostrurnar.
d) Skreytið balsamikgljáa yfir og skreytið með fersku basilíkulaufi.
e) Berið fram sem yndisleg bruschetta.

# 19.Oyster Sushi rúllur

**HRÁEFNI:**
- 4 blöð af nori (þangi)
- 2 bollar sushi hrísgrjón, soðin og krydduð
- 16 ferskar ostrur, sneiddar
- 1 agúrka, söxuð
- Sojasósa til að dýfa í
- Súrsalt engifer til framreiðslu

**LEIÐBEININGAR:**
a) Settu blað af nori á bambus sushi rúllandi mottu.
b) Dreifið þunnu lagi af sushi hrísgrjónum yfir nori.
c) Raðið sneiðum af ferskum ostrum og jöfnum gúrkum á hrísgrjónin.
d) Rúllaðu sushiinu vel og skerðu í hæfilega bita.
e) Berið fram með sojasósu og súrsuðu engifer.

## 20.Ostrus og gráðostur Crostini

**HRÁEFNI:**
- Baguette sneiðar, ristaðar
- 16 ferskar ostrur, létt soðnar eða grillaðar
- 1/2 bolli gráðostur, mulinn
- Hunang til að drekka
- Saxaðar valhnetur til skrauts

**LEIÐBEININGAR:**
a) Setjið létt sojaðar eða grillaðar ostrur á ristaðar baguette sneiðar.
b) Stráið muldum gráðosti yfir ostrurnar.
c) Dreypið hunangi yfir.
d) Skreytið með söxuðum valhnetum.
e) Berið fram sem glæsilegan morgunverðar crostini.

## 21.Cajun Steiktar rækjur og ostrur

**HRÁEFNI:**
- 1 pund ferskar ostrur
- 1 pund júmbó hrá rækja, afhýdd og afveguð
- 2 egg, létt þeytt sérstaklega
- ¾ bolli alhliða hveiti
- ½ bolli gult maísmjöl
- 2 tsk Cajun krydd
- ½ tsk sítrónupipar

2 bollar jurtaolía, til djúpsteikingar

**LEIÐBEININGAR:**
a) Settu ostrurnar í miðlungs skál og settu rækjurnar í sérstaka skál.
b) Dreypið eggjunum yfir rækjurnar og ostrurnar (1 egg í skál) og passið að allt sé fallega húðað. Settu skálarnar til hliðar.
c) Í stórum ziplock frystipoka skaltu bæta við hveiti, maísmjöli, Cajun kryddi og sítrónupipar. Hristið upp í pokann til að tryggja að allt sé vel blandað.
d) Bætið rækjunni í pokann og hristið til að hjúpa, fjarlægið síðan rækjurnar og setjið þær á bökunarplötu. Bætið nú ostrunum í pokann og endurtakið ferlið.
e) Hitið jurtaolíuna í um það bil 350 til 360 gráður F í djúpsteikingu eða djúpsteikingu. Steikið rækjurnar þar til þær eru gullbrúnar, um það bil 3 til 4 mínútur. Steikið síðan ostrurnar þar til þær eru gullinbrúnar, um það bil 5 mínútur.
f) Settu sjávarfangið á disk með pappírshandklæði til að hjálpa til við að draga í sig hluta af umframolíu. Berið fram með uppáhalds dýfingarsósunni þinni.

## 22.Steiktar ostrur

**HRÁEFNI:**
- 1 pint shucked ostrur, tæmd
- 1/2 bolli alhliða hveiti
- 1/2 tsk salt
- 1/4 tsk svartur pipar
- 1/4 tsk cayenne pipar
- 2 egg, þeytt
- 1 bolli brauðrasp
- Jurtaolía, til steikingar

**LEIÐBEININGAR:**
a) Hrærið saman hveiti, salti, svörtum pipar og cayenne pipar í grunnt fat.
b) Þeytið eggin í annað grunnt fat.
c) Setjið brauðmylsnuna í þriðja grunnt fatið.
d) Dýfðu hverri ostrunni fyrst í hveitiblönduna, síðan í þeytt eggin og að lokum í brauðmylsnuna og hristu umfram allt af.
e) Hitið jurtaolíuna í stórri pönnu yfir meðalháum hita.
f) Steikið ostrurnar í skömmtum, um 2-3 mínútur á hlið, eða þar til þær eru gullinbrúnar og stökkar.
g) Tæmið steiktu ostrurnar á pappírsklædda disk.
h) Berið fram heitt með sítrónubátum og tartarsósu.

## 23.Ostru og habanero ceviche

**HRÁEFNI:**
- 8 Skúddar ferskar ostrur
- 1 msk Hakkað kóríander
- 1 matskeið Fínt skorinn tómatur
- ¼ tsk Habanero mauki
- ½ appelsína; hæstv
- ¼ bolli Nýkreistur appelsínusafi
- 1 msk Nýkreistur sítrónusafi
- Salt og pipar

**LEIÐBEININGAR:**
a) Blandið öllu hráefninu saman í skál.
b) Kryddið með salti og pipar.
c) Berið fram í hálfum ostruskeljar.

## 24.Beikon-ostrubitar

**HRÁEFNI:**

- 8 sneiðar Beikon
- ½ bolli Herbed kryddað fylling
- 1 dós (5 únsur) ostrur; hakkað
- ¼ bolli Vatn

**LEIÐBEININGAR:**

a) Hitið ofninn í 350ø. Skerið beikonsneiðar í tvennt og eldið aðeins. EKKI OFELKA.
b) Beikon verður að vera nógu mjúkt til að rúlla auðveldlega í kringum kúlur. Blandið saman fyllingu, ostrum og vatni.
c) Rúllið í hæfilega stórar kúlur, um það bil 16.
d) Vefjið kúlur inn í beikon. Bakið við 350ø í 25 mínútur. Berið fram heitt.

## 25.Ostrur og kavíar

**HRÁEFNI:**
- 2 pund þang
- 18 Ostrur, á hálfri skelinni
- 2 rauðlaukur
- 2 aura svartur kavíar
- 2 sítrónur

**LEIÐBEININGAR:**
a) Dreifið þangi í flata körfu. Raðaðu kældum ostrum í skelina, á þangið. Skerið rauðlauk þunnt í hringa.
b) Stráið 2 eða 3 bitum á hverja ostrur. Toppið hvern og einn með slatta af kavíar. Berið fram mjög kalt, ásamt ferskum, þunnt sneiðum sítrónubátum. Passaðu vel kælt kampavín.

## 26.Ostru vorrúllur

**HRÁEFNI:**
- 3 stórar vorrúlluumbúðir
- 6 vatnskastaníur, smátt saxaðar
- 1 sneið engifer, smátt saxað
- 3 vorlaukar, smátt saxaðir (þar á meðal grænir toppar)
- Nokkrir dropar af sesamolíu
- 1 tsk ljós sojasósa
- 24 ostrur, runnu úr skelinni
- Grænmetisolía

**LEIÐBEININGAR:**
a) Skerið hverja vorrúlluumbúðir í fernt.
b) Í blöndunarskál, blandið saman fínsöxuðum vatnskastanunum, engifer og vorlauk. Bætið við nokkrum dropum af sesamolíu og léttu sojasósunni. Blandið vel saman.
c) Blandið ostrunum varlega saman við og tryggið að þær séu vel húðaðar í kryddinu.
d) Skiptið ostrublöndunni jafnt á milli vorrúluferninganna.
e) Rúllið hverri vorrúllu varlega upp og brjótið inn hliðarnar til að umlykja fyllinguna. Penslið brúnir umbúðanna með vatni til að loka þeim.
f) Hitið nóg af jurtaolíu til steikingar í djúpri pönnu eða potti.
g) Steikið vorrúllurnar í heitri olíunni í 2-3 mínútur eða þar til þær eru orðnar gylltar og stökkar.
h) Fjarlægðu vorrúllurnar úr olíunni og tæmdu þær á krumpuðum eldhúspappír til að fjarlægja umfram olíu.
i) Berið ostrúllurnar fram strax.
j) Njóttu dýrindis Oyster Spring Rolls!

## 27.Tempura steiktar ostrur

**HRÁEFNI:**
- 12 ferskar ostrur
- Jurtaolía, til steikingar
- 1 bolli alhliða hveiti
- ½ bolli maíssterkju
- ½ tsk salt
- 1 bolli ískalt vatn
- Sojasósa eða tartarsósa, til framreiðslu
- Valfrjálst álegg: sesamfræ, grænn laukur eða sítrónubátar

**LEIÐBEININGAR:**

a) Byrjaðu á því að hrista ostrurnar og fjarlægja þær úr skeljunum. Gakktu úr skugga um að farga öllum ostrum sem hafa opnast eða virðast ekki ferskar.

b) Skolið shucked ostrurnar undir köldu vatni og þurrkaðu þær með pappírshandklæði. Leggðu þær til hliðar.

c) Hitið jurtaolíu í djúpsteikingarpotti eða stórum potti í um 350°F (175°C).

d) Í blöndunarskál, blandaðu saman alhliða hveiti, maíssterkju og salti. Bætið ísköldu vatninu smám saman út í, hrærið varlega, þar til deigið er slétt. Gætið þess að blanda ekki of mikið; það er allt í lagi ef það eru nokkrir kekkir.

e) Dýfðu hverri ostrunni í deigið og tryggðu að hún sé jafnhúðuð. Leyfðu umframdeig að leka af áður en ostrunni er sett varlega í heita olíuna.

f) Steikið ostrurnar í skömmtum, passið að yfirfylla ekki steikingarpottinn eða pottinn. Eldið þær í um 2-3 mínútur eða þar til tempura deigið verður gullið og stökkt.

g) Þegar ostrurnar eru soðnar skaltu nota skeið eða töng til að fjarlægja þær úr olíunni og flytja þær yfir á disk sem er klæddur með pappírshandklæði. Þetta mun hjálpa til við að gleypa umfram olíu.

h) Endurtaktu ferlið með ostrunum sem eftir eru þar til allar eru soðnar.

i) Berið tempura steiktu ostrurnar fram heitar sem forrétt eða aðalrétt.

j) Þú getur notið þeirra eins og þau eru eða borið fram með sojasósu eða tartarsósu til ídýfingar.

k) Stráið sesamfræjum eða grænum lauk yfir fyrir aukið bragð og skreytið. Einnig er hægt að bera sítrónubáta fram til hliðar fyrir sítrusköku.

# 28.Klassískar ostrur Rockefeller

**HRÁEFNI:**
- 24 ferskar ostrur, hrærðar
- 1/2 bolli smjör
- 1/2 bolli brauðrasp
- 1/2 bolli rifinn parmesanostur
- 1/4 bolli saxuð steinselja
- 2 hvítlauksgeirar, saxaðir
- 1 matskeið sítrónusafi
- Salt og pipar eftir smekk

**LEIÐBEININGAR:**
a) Forhitið ofninn í 450°F (230°C).
b) Bræðið smjör á pönnu og steikið hvítlaukinn þar til hann er ilmandi.
c) Bætið brauðmylsnu, parmesan, steinselju, sítrónusafa, salti og pipar á pönnuna. Blandið vel saman.
d) Setjið shucked ostrur á bökunarplötu.
e) Toppið hverja ostrur með brauðraspinu.
f) Bakið í 10-12 mínútur eða þar til áleggið er gullinbrúnt.
g) Berið fram heitt.

## 29.Oyster Shooters

**HRÁEFNI:**
- 12 ferskar ostrur, hrærðar
- 1 bolli tómatsafi
- 1/4 bolli vodka
- 1 matskeið heit sósa
- 1 matskeið piparrót
- Sítrónubátar til skrauts

**LEIÐBEININGAR:**
a) Blandið saman tómatsafa, vodka, heitri sósu og piparrót í skál.
b) Setjið ostrur í skotglas.
c) Hellið tómatsafablöndunni yfir ostruna.
d) Skreytið með sítrónubát.
e) Berið fram kælt.

## 30.Forréttir umbúðir með ostrum og beikoni

**HRÁEFNI:**
- 16 ferskar ostrur, hrærðar
- 8 beikonsneiðar, skornar í tvennt
- Tannstönglar

**LEIÐBEININGAR:**
a) Forhitið ofninn í 400°F (200°C).
b) Vefjið hverja rjúpna ostrur með hálfri beikonsneið og festið með tannstöngli.
c) Setjið beikonvafðar ostrur á bökunarplötu.
d) Bakið í 12-15 mínútur eða þar til beikonið er orðið stökkt.
e) Berið fram heitt sem yndislegir beikonvafðir ostrur forréttir.

## 31.Krydduð ostrusdýfa

**HRÁEFNI:**
- 1 bolli majónesi
- 1/4 bolli heit sósa
- 1 matskeið sítrónusafi
- 1 tsk Worcestershire sósa
- 16 ferskar ostrur, hrærðar og saxaðar
- 1/4 bolli grænn laukur, saxaður
- Tortilla flögur eða kex til að bera fram

**LEIÐBEININGAR:**

a) Þeytið majónes, heita sósu, sítrónusafa og Worcestershire sósu saman í skál.
b) Hrærið söxuðum ostrum og grænum laukum saman við.
c) Kælið í að minnsta kosti 30 mínútur til að láta bragðið blandast saman.
d) Berið kryddaða ostrudýfuna fram með tortilluflögum eða kex.

## 32.Ostru og gúrku Canapés

**HRÁEFNI:**
- 16 ferskar ostrur, hrærðar
- 1 agúrka, þunnar sneiðar
- Rjómaostur
- Dillgreinir til skrauts
- Sítrónubörkur

**LEIÐBEININGAR:**
a) Smyrjið rjómaosti á hverja gúrkusneið.
b) Setjið ostrur ofan á rjómaostinn.
c) Skreytið með dillgreinum og strá af sítrónuberki.
d) Berið fram sem fráskandi snittur.

## 33.Oyster og Mango Salsa Tostadas

**HRÁEFNI:**
- 16 ferskar ostrur, hrærðar
- 8 litlar tostada skeljar
- 1 bolli mangó, skorið í teninga
- 1/2 bolli rauðlaukur, smátt saxaður
- 1/4 bolli kóríander, saxað
- Limebátar til skrauts

**LEIÐBEININGAR:**
a) Setjið shucked ostrur á hverja tostada skel.
b) Blandið niður skornum mangó, rauðlauk og kóríander í skál.
c) Hellið mangósalsanum yfir ostrurnar.
d) Skreytið með limebátum.
e) Berið fram sem lifandi tostada forrétti.

## 34.Ostrur og Pesto Crostini

**HRÁEFNI:**
- Baguette sneiðar, ristaðar
- 16 ferskar ostrur, hrærðar
- Pestó sósa
- Kirsuberjatómatar, helmingaðir
- Balsamic gljáa til að drekka

**LEIÐBEININGAR:**
a) Smyrjið lagi af pestósósu á hverja ristuðu baguette sneið.
b) Setjið ostrur ofan á pestóið.
c) Skreytið með helminguðum kirsuberjatómötum.
d) Stráið balsamikgljáa yfir.
e) Berið fram sem bragðmikið pestó crostini.

## 35.Ostru og beikon Jalapeño Poppers

**HRÁEFNI:**
- 16 ferskar ostrur, hrærðar
- 8 jalapeño paprikur, helmingaðar og fræhreinsaðar
- Rjómaostur
- 8 beikonsneiðar, skornar í tvennt
- Tannstönglar

**LEIÐBEININGAR:**
a) Forhitið ofninn í 375°F (190°C).
b) Dreifið rjómaosti í hvern jalapeño helming.
c) Setjið rjómaost á rjómaostinn.
d) Vefjið hvern jalapeño með hálfri beikonsneið og festið með tannstöngli.
e) Bakið í 20-25 mínútur eða þar til beikonið er orðið stökkt.
f) Berið fram heitt sem kryddaður jalapeño poppers.

## 36.Oyster og Mango Guacamole

**HRÁEFNI:**
- 16 ferskar ostrur, skornar og skornar í teninga
- 2 þroskuð avókadó, maukuð
- 1 mangó, skorið í teninga
- 1/4 bolli rauðlaukur, smátt saxaður
- 1/4 bolli kóríander, saxað
- Lime safi
- Tortilla flögur til framreiðslu

**LEIÐBEININGAR:**
a) Blandið saman í skál hægelduðum ostrur, maukað avókadó, hægeldað mangó, rauðlauk og kóríander.
b) Kreistið limesafa yfir blönduna og hrærið vel.
c) Berið ostrur og mangó guacamole fram með tortilla flögum.

## 37. Ostrus- og geitaosti fylltir sveppir

**HRÁEFNI:**
- 16 ferskar ostrur, hrærðar
- 16 stórir sveppir, hreinsaðir og stilkar fjarlægðir
- 4 aura geitaostur
- 2 matskeiðar brauðrasp
- Fersk timjanblöð til skrauts
- Ólífuolía til að hella yfir

**LEIÐBEININGAR:**
a) Forhitið ofninn í 375°F (190°C).
b) Blandið saman geitaosti og brauðrasp í skál.
c) Fylltu hvern svepp með geitaostablöndunni.
d) Setjið ostrur ofan á hvern fylltan svepp.
e) Dreypið ólífuolíu yfir.
f) Bakið í 15-20 mínútur eða þar til sveppir eru mjúkir.
g) Skreytið með fersku timjanlaufi.
h) Berið fram heitt.

## 38.Ostrus- og ananasspjót

**HRÁEFNI:**
- 16 ferskar ostrur, hrærðar
- 1 bolli ananasbitar
- 1 rauð paprika, skorin í ferninga
- Viðarspjót, liggja í bleyti í vatni
- Teriyaki gljáa til að drekka

**LEIÐBEININGAR:**
a) Þræðið ananasbita, rauðan paprikuferning og stungna ostrur á hvern teini.
b) Endurtaktu fyrir alla teini.
c) Grillið eða steikið teinin þar til ostrurnar eru eldaðar.
d) Dreypið teriyaki gljáa yfir.
e) Berið fram sem bragðmikla ostru- og ananasspjót.

## 39.Ostrus og Prosciutto rúllur

**HRÁEFNI:**
- 16 ferskar ostrur, hrærðar
- 8 sneiðar prosciutto, helmingaðar langsum
- Fersk basilíkublöð
- Tannstönglar

**LEIÐBEININGAR:**
a) Forhitið ofninn í 400°F (200°C).
b) Vefjið hverja rjúpna ostrur með basilíkublaði, síðan með hálfri sneið af prosciutto.
c) Festið með tannstönglum.
d) Setjið rúllurnar á bökunarplötu.
e) Bakið í 10-12 mínútur eða þar til prosciutto er stökkt.
f) Berið fram heitt sem glæsilegar ostrur og prosciutto rúllur.

# 40. Oyster og Mango Ceviche

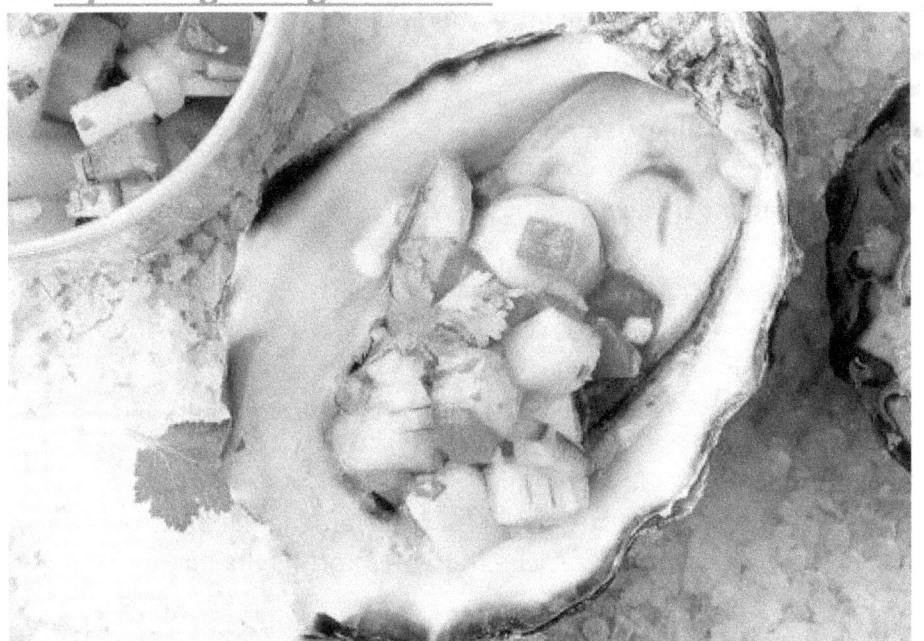

**HRÁEFNI:**
- 16 ferskar ostrur, skornar og skornar í teninga
- 1 mangó, skorið í teninga
- 1 agúrka, skorin í teninga
- 1/4 bolli rauðlaukur, smátt saxaður
- 1 jalapeño, hakkað
- Ferskt kóríander, saxað
- Lime safi
- Tortilla flögur til framreiðslu

**LEIÐBEININGAR:**
a) Í skál skaltu sameina ostrur, mangó, agúrka, rauðlauk, jalapeño og kóríander í teningum.
b) Kreistið limesafa yfir blönduna og hrærið vel.
c) Kælið í að minnsta kosti 30 mínútur til að láta bragðið blandast saman.
d) Berið ostrur og mangó ceviche fram með tortilla flögum.

# 41. Ostrus- og hvítlaukssmjör Escargot Style

**HRÁEFNI:**
- 16 ferskar ostrur, hrærðar
- 1/2 bolli ósaltað smjör, mildað
- 4 hvítlauksgeirar, saxaðir
- 2 matskeiðar fersk steinselja, söxuð
- Baguette sneiðar, ristaðar

**LEIÐBEININGAR:**
a) Forhitið ofninn í 425°F (220°C).
b) Blandið mjúku smjöri, söxuðum hvítlauk og saxaðri steinselju saman í skál.
c) Setjið litla skeið af hvítlaukssmjörblöndunni á hverja ostrur.
d) Bakið í 10-12 mínútur eða þar til smjörið er bráðið og freyðandi.
e) Berið fram með ristuðum baguette sneiðum.

## 42. Ostrur í spænskum stíl

**Hráefni:**
- 6 ferskar ostrur
- 1/2 chorizo pylsa, smátt skorin
- 1 grilluð paprika (capsicum), smátt skorin
- 1 msk sherry edik
- Steinsalt (til að bera fram)
- Lime bátar (til að bera fram)

**LEIÐBEININGAR:**
a) Eldið chorizo á pönnu þar til það er stökkt, flytjið síðan yfir á disk sem er klæddur pappírshandklæði.
b) Blandið saman kóríó, papriku og sherry í skál.
c) Kryddið blönduna og skeiðið yfir 6 ostrur á klettasalti.
d) Berið fram með limebátum.

## 43. Ponzu ostrur

**Hráefni:**
- 6 ferskar ostrur
- 1 msk sojasósa
- 1 msk mirin krydd
- 2 tsk sítrónusafi
- 2 tsk appelsínusafi
- Vorlaukskrulla, appelsínubörkur, ristað sesamfræ (til skrauts)
- Steinsalt (til að bera fram)

**LEIÐBEININGAR:**
a) Blandið saman sojasósu, mirin, sítrónusafa og appelsínusafa í skál.
b) Hellið blöndunni yfir 6 ostrur á bergsalti.
c) Skreytið með vorlaukkrullum, appelsínuberki og ristuðum sesamfræjum.

## 44. Mignonette ostrur

**Hráefni:**
- 6 ferskar ostrur
- 2 skalottlaukar, smátt saxaðir
- 2 msk hvítvínsedik
- 2 msk rauðvínsedik
- 1/2 tsk flórsykur
- 1/2 tsk salt
- Steinsalt (til að bera fram)

**LEIÐBEININGAR:**
a) Blandið skalottlaukum, hvítvínsediki, rauðvínsediki, sykri og salti saman í skál.
b) Látið það liggja í bleyti í 15 mínútur, setjið síðan yfir 6 ostrur á klettasalti.

## 45.Gúrka & Lychee Granita ostrur

**Hráefni:**
- 6 ferskar ostrur
- 1/2 bolli steinhreinsuð litchi í sírópi
- 1 líbönsk agúrka, saxuð
- 1/4 bolli lime safi
- Steinsalt (til að bera fram)

**LEIÐBEININGAR:**
a) Blandið lychees, gúrku og lime safa þar til slétt.
b) Frystið blönduna í 2 klukkustundir, skafið síðan og hrærið með gaffli þar til hún er mulin.
c) Skeið yfir 6 ostrur á bergsalti.

# 46.Salsa Verde ostrur

**Hráefni:**
- 6 ferskar ostrur
- 1/2 hvítlauksrif, mulið
- 2 tsk dill, smátt saxað
- 2 tsk mynta, smátt söxuð
- 2 tsk barnakapers, smátt saxaðar
- 2 tsk graslaukur, smátt saxaður
- 1 1/2 msk sítrónusafi
- 2 tsk ólífuolía
- Steinsalt (til að bera fram)

**LEIÐBEININGAR:**
a) Blandið hvítlauk, dilli, myntu, kapers, graslauk, sítrónusafa og ólífuolíu saman í skál.
b) Skeið yfir 6 ostrur á bergsalti.

## 47. Kilpatrick ostrur

**Hráefni:**
- 6 ferskar ostrur
- 2 röndóttar beikonsneiðar, smátt saxaðar
- 2 msk Worcestershire sósa
- 1/4 tsk Tabasco sósa
- Steinsalt (til að bera fram)

**LEIÐBEININGAR:**
a) Eldið beikonið þar til það er stökkt, blandið síðan með Worcestershire sósu og Tabasco.
b) Skeið yfir 6 ostrur á bergsalti.

# 48. Gin & Tonic ostrur

**Hráefni:**
- 6 ferskar ostrur
- 2 msk gin
- 2 msk tonic vatn
- 1/2 Líbanon agúrka, fræhreinsuð, smátt skorin
- Steinsalt (til að bera fram)

**LEIÐBEININGAR:**
a) Blandið gini, tonic vatni og agúrku saman í skál.
b) Skeið yfir 6 ostrur á bergsalti.

## 49. Eplasafi ostrur

**Hráefni:**
- 6 ferskar ostrur
- 1/2 Granny Smith epli, skorið í eldspýtustangir
- 1 msk eplaedik
- 1 tsk hunang
- 1/2 tsk salt
- Steinsalt (til að bera fram)

**LEIÐBEININGAR:**
a) Blandið eplum, eplaediki, hunangi og salti saman í skál.
b) Skeið yfir 6 ostrur á bergsalti.

# RAUNNI

## 50.Ostrusnúðlur

## HRÁEFNI:

- 8 aura mee sua (þunnar vermicelli núðlur)
- 2 bollar kjúklinga- eða grænmetissoð
- 1 bolli ostrur, hrærðar og tæmdar
- ¼ bolli svínakjöt eða kjúklingur í sneiðum
- 2 hvítlauksgeirar, saxaðir
- 1 matskeið sojasósa
- 1 msk ostrusósa
- 1 matskeið sesamolía
- Saxaður grænn laukur (til skrauts)

## LEIÐBEININGAR:

a) Eldið mee sua núðlurnar samkvæmt leiðbeiningum á pakka. Tæmið og setjið til hliðar.
b) Hitið kjúklinga- eða grænmetissoðið í potti þar til það kemur að suðu.
c) Hitið olíu á sérstakri pönnu og steikið hvítlaukinn þar til hann er ilmandi.
d) Bætið sneiðum svínakjöti eða kjúklingi á pönnuna og eldið þar til það er eldað í gegn.
e) Bætið ostrunum á pönnuna og eldið í stutta stund þar til þær byrja að krullast.
f) Hrærið sojasósu, ostrusósu og sesamolíu saman við.
g) Skiptu soðnu mee sua núðlunum á milli framreiðsluskála.
h) Hellið heitu soðinu yfir núðlurnar.
i) Toppið núðlurnar með ostrunni og kjötblöndunni.
j) Skreytið með söxuðum grænum lauk.
k) Berið Ô-Á Mī-Sòa fram heitan sem bragðmikinn ostrunúðlurétt.

## 51.Ostru pottur

**HRÁEFNI:**
- 1 lítri hrærðar ostrur
- 2 bollar saxaður laukur
- 1 ½ bolli saxað sellerí
- ¾ bolli ósaltað smjör
- ½ bolli alhliða hveiti
- 2 bollar hálfur og hálfur rjómi
- 2 tsk söxuð fersk steinselja
- 1 tsk salt
- ½ tsk þurrkað timjan
- ¼ tsk svartur pipar
- ⅛ teskeið cayenne pipar
- 4 þeyttar eggjarauður
- 2 bollar mulið Ritz kex

**LEIÐBEININGAR:**

a) Tæmið ostrurnar en geymið áfengið frá ostrunum í lítilli skál. Bætið lauknum, selleríinu og ½ bolli af smjöri í stóra pönnu yfir meðalhita. Steikið í 6 mínútur eða þar til grænmetið er meyrt.

b) Bætið alhliða hveitinu á pönnuna. Hrærið stöðugt og eldið í 1 mínútu. Á meðan þú hrærir stöðugt skaltu bæta hálfum og hálfum rjómanum rólega út í. Haltu áfram að hræra og eldaðu í um 2 mínútur eða þar til sósan þykknar og loftbólur.

c) Lækkið hitann í lágan. Bætið steinselju, salti, timjan, svörtum pipar, cayenne pipar og fráteknum ostruvökva út í. Hrærið stöðugt og eldið í 2 mínútur. Bætið þeyttum eggjarauðunum í litla skál. Bætið 1 msk sósu við eggin. Þeytið þar til blandast saman. Bætið annarri matskeið sósu við eggjarauðurnar.

d) Þeytið þar til blandast saman. Bætið eggjarauðunum á pönnuna og hrærið þar til það hefur blandast saman. Takið pönnuna af hitanum.

e) Sprautaðu 9 x 13 bökunarpönnu með eldunarúða sem festist ekki. Hitið ofninn í 400°. Dreifið helmingnum af sósunni í bökunarformið.

f) Dreifið helmingnum af ostrunum yfir sósuna. Stráið hálfri Ritz kexinu yfir. Endurtaktu lagfæringarskrefin 1 sinni í viðbót.

g) Bætið ¼ bolli af smjöri í örbylgjuofn skál. Örbylgjuofn í 30 sekúndur eða þar til smjörið bráðnar. Takið úr örbylgjuofninum og dreypið smjörinu ofan á kexmolana. Bakið í 25 mínútur eða þar til potturinn er freyðandi og gullinbrúnn.

h) Takið úr ofninum og látið pottinn hvíla í 10 mínútur áður en hann er borinn fram.

## 52.Ostru og pylsa Jambalaya

**HRÁEFNI:**
- 16 ferskar ostrur, hrærðar
- 1 bolli andouille pylsa, skorin í sneiðar
- 1 laukur, skorinn í bita
- 1 paprika, skorin í teninga
- 2 sellerístilkar, skornir í teninga
- 2 bollar langkorna hvít hrísgrjón
- 4 bollar kjúklingasoð
- 1 dós (14 únsur) sneiddir tómatar
- 2 tsk Cajun krydd
- Grænn laukur til skrauts

**LEIÐBEININGAR:**
a) Brúnið andouille-pylsa í sneiðum í stórum potti.
b) Bætið við hægelduðum lauk, papriku og sellerí, steikið þar til grænmetið er mjúkt.
c) Hrærið langkornum hvítum hrísgrjónum, hægelduðum tómötum og Cajun kryddi saman við.
d) Hellið kjúklingasoði út í og látið suðuna koma upp.
e) Lækkið hitann í lágan, lokið á og látið malla þar til hrísgrjónin eru soðin.
f) Bætið shucked ostrum saman við og eldið þar til brúnirnar krullast.
g) Skreytið með söxuðum grænum lauk.
h) Berið fram heitt.

# 53.Ostrusplokkfiskur

**HRÁEFNI:**
- 4 matskeiðar (½ stafur) smjör, skorið í litla bita
- Safi úr ½ sítrónu (um 1½ matskeið)
- 12 til 24 ostrur á hálfri skelinni
- 2 bollar nýmjólk
- 1 bolli þungur rjómi
- 1 bolli Fiskikraftur
- 2 matskeiðar paprika
- ½ tsk cayenne pipar

**LEIÐBEININGAR:**
a) Forhitið grill.
b) Setjið smjörklofa og ögn af sítrónu í hverja ostruskel. Leggðu á grillið og lokaðu lokinu. Eldið í 5 til 6 mínútur, eða þar til smjörið bráðnar. Slökktu á hitanum og láttu lokið lokað.
c) Á meðan skaltu sjóða mjólk, rjóma, soðið, papriku og cayenne, ef það er notað, í 4 lítra potti við miðlungsháan hita. Lækkið hitann strax í lágan og látið malla í 10 mínútur. Passið að mjólkin brenni ekki.
d) Fjarlægðu ostrurnar af grillinu og bættu þeim og safanum varlega í pottinn. Hrærið í 1 mínútu, færið í skálar og berið fram heitt.

## 54. Lax með ostrum og þangi

**HRÁEFNI:**
- 1 matskeið þurrkað hijiki þang
- 2 tsk vínberjaolía
- 4 laxastykki, roð á
- 1 salt, eftir smekk
- 1 nýmalaður hvítur pipar, eftir smekk
- 2 matskeiðar smjör
- ½ bolli blaðlaukur skorinn í hringa
- 1 matskeið varðveitt engifer
- 1 matskeið hrísgrjónaedik
- 3 matskeiðar mirin
- ⅔ bolli fiskikraftur
- 28 ostrur
- 1 matskeið shiso

**LEIÐBEININGAR:**
a) Leggið hijiki þangið í köldu vatni í 20 mínútur. Tæmið og setjið til hliðar. Hitið olíuna á pönnu.
b) Skerið roðið ofan á laxinn til að koma í veg fyrir að laxinn beygist. Kryddið laxinn með salti og hvítum pipar. Þegar pannan er rjúkandi heit, steikið laxinn í 1½ mínútu.
c) Snúðu og haltu áfram að elda í 35 sekúndur. Takið af pönnunni. Bræðið 1 matskeið af smjöri á sömu pönnu, bætið blaðlauknum út í og lækkið hitann. Látið blaðlaukinn malla í 2 mínútur.
d) Bætið varðveittu engiferinu út í og gljáið með hrísgrjónaediki. Bætið mirin og fiskikrafti út í, látið suðuna koma upp og takið af hellunni. Hrærið hijiki þanginu og ostrunum saman við og leyfið ostrunum að hitna í gegn.
e) Bætið shiso út í, hrærið restinni af smjörinu út í og kryddið með salti og hvítum pipar.
f) Til að setja saman, setjið ostrur og blaðlaukur jafnt í grunna skál. Leggið laxinn ofan á og hellið soðinu út í.

## 55.Oystersúpa plokkfiskur

## HRÁEFNI:

- 1 lítill laukur í teninga
- 1/8 bolli hakkaður hvítlaukur
- 1/2 bolli lítið sneið sellerí
- 1/2 bolli lítill skorinn fennel
- 1/2 bolli hvítvín
- 32 aura samlokukraftur (annaðhvort niðursoðinn eða ferskur)
- 2 timjangreinar, saxaðar
- 8 aura uppgufuð mjólk
- 16 meðalstórar ostrur hrærðar og vökvi fráteknar
- 1/2 bolli saxaður graslaukur
- 1 bolli beikon (valfrjálst)
- Salt & pipar
- 4 sítrónubátar
- Ostruskex (ráðlagt) eða grillað brauð ef vill

## LEIÐBEININGAR:

a) Ef þú notar beikon skaltu baka beikonið við miðlungs lágan hita og fjarlægja það eftir að það er stökkt. Bættu við og svitnaðu grænmeti í beikonfitu (ef þú notar ekki beikon skaltu nota 2 matskeiðar af extra virgin ólífuolíu). Vertu viss um að krydda grænmetið með smá salti og pipar. Eldið í um það bil 5 mínútur.

b) Þegar laukurinn er orðinn hálfgagnsær skaltu bæta hvítvíni út í og minnka um helming.

c) Bætið við söxuðu timjan og samlokukrafti; látið malla í 30 mínútur til 1 klukkustund eftir styrk súpubotns sem óskað er eftir. Bætið ostrujus út í og stillið krydd.

d) Bætið ostrum saman við og steikið í 1 mínútu. Bætið beikoni og graslauk út í. Takið af hitanum og hrærið uppgufðri mjólk út í.

e) Berið fram með sítrónubát, ostruskex til hliðar og/eða grilluðu brauði

## 56.Einfaldar grillaðar ostrur

**HRÁEFNI:**
- 4 tugir ostrur, skrúbbaðar
- Sítrónubátar
- 1 C smjör
- 1 tsk kryddað salt
- 1 tsk sítrónupipar

**LEIÐBEININGAR:**
a) Forhitið köggulrillið í 350F.
b) Bræðið smjör með krydduðu salti og sítrónupipar, blandið vel saman. Látið malla í 10 mínútur.
c) Setjið ostrur, án skeljar, á köggulrill.
d) Þegar skeljar springa upp (3-5 mínútur), notaðu ostruknif til að losa ostrur frá efstu skelinni og skelli henni aftur í bollann með heita ostruslíkjörnum. Fleygðu lokinu.
e) Bætið teskeið af krydduðu smjöri út í og berið fram.

## 57. Hvítlaukur Asiago ostrur

**HRÁEFNI:**
- 1 pund sætt rjómasmjör
- 1 msk. hakkað hvítlauk
- 2 tugir ferskra ostrur
- ½ bolli rifinn Asiago ostur
- Franskt brauð, heitt
- ¼ bolli graslaukur, skorinn í teninga

**LEIÐBEININGAR:**
a) Byrjið á kögglagrillinu og hitið í miðlungs hátt.
b) Bræðið smjör við meðalháan hita. Lækkið hitann í lágan og hrærið hvítlauk út í.
c) Eldið 1 mínútu og takið af hitanum.
d) Setjið ostrur, bolla niður, á kögglagrill. Um leið og skeljarnar opnast skaltu fjarlægja af grillinu.
e) Skerið ostrur, haltu eins miklu af ostrunni á sínum stað og mögulegt er.
f) Skerið bandvöðva og setjið hverja ostru aftur í skelina sína.
g) Dreifið hverri ostrunni með 2 tsk smjörblöndu og stráið 1 tsk osti yfir. Grillið við háan hita í 3 mínútur eða þar til osturinn er brúnn. Stráið graslauk yfir.
h) Takið af kögglagrilli og berið fram strax með brauði og afgangi af smjöri á hliðinni.

## 58. Wasabi ostrur

## HRÁEFNI:
- 12 litlar Kyrrahafsostrur, hráar í skel
- 2 msk. hvítvínsedik
- 8 oz hvítvín
- 1/4 C skalottlaukur, saxaður
- 2 msk. wasabi sinnep
- 1 msk. soja sósa
- 1 C ósaltað smjör, skorið í teninga
- 1 c hakkað kóríanderlauf
- Salt og svartur pipar eftir smekk

## LEIÐBEININGAR:
a) Í potti, yfir miðlungshita, blandaðu saman hvítvínsediki, víni og skalottlaukum. Látið malla þar til vökvinn minnkar aðeins. Bætið wasabi sinnepi og sojasósu út í, hrærið.
b) Við vægan hita er smjör blandað smám saman við. Ekki láta blönduna sjóða. hrærið kóríander út í og takið af hitanum.
c) Eldið ostrur þar til skeljarnar bara opnast . Fjarlægðu ostrur af kögglugrillinu og skerðu tengivöðvann úr efstu skelinni,
d) Þrýstið hverri ostrunni (í skelinni) ofan í gróft saltið til að halda henni uppréttri, setjið síðan 1-2 tsk af wasabi-smjörsósu yfir hverja og berið fram strax.

## 59.Ostru og sveppa risotto

**HRÁEFNI:**
- 2 bollar Arborio hrísgrjón
- 16 ferskar ostrur, hrærðar
- 1 bolli sveppir, sneiddir
- 1/2 bolli þurrt hvítvín
- 6 bollar kjúklinga- eða grænmetissoð, hitað
- 1/2 bolli parmesanostur, rifinn
- 1/4 bolli ferskur graslaukur, saxaður
- Ólífuolía
- Salt og pipar eftir smekk

**LEIÐBEININGAR:**
a) Steikið sveppi í ólífuolíu á stórri pönnu þar til þeir eru mjúkir.
b) Bætið Arborio hrísgrjónum út í og eldið þar til þau eru létt ristuð.
c) Hellið hvítvíninu út í og eldið þar til það er að mestu tekið í sig.
d) Bætið hituðu seyði smám saman út í, einni sleif í einu, hrærið oft þar til hrísgrjónin eru orðin rjómalöguð og soðin.
e) Hrærið útúrhreinsuðum ostrum saman við á síðustu mínútum eldunar.
f) Takið af hitanum, hrærið parmesanosti, graslauk, salti og pipar saman við.

# 60. Kryddaðar reyktar ostrur

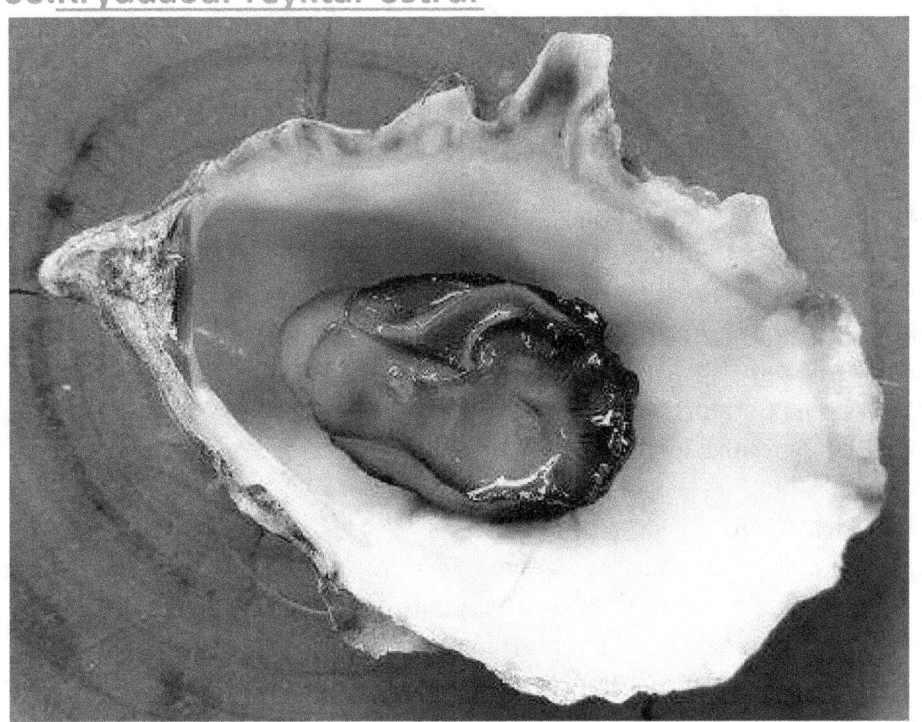

**HRÁEFNI:**
- ½ bolli sojasósa
- 2 matskeiðar Worcestershire sósa
- 1 bolli þétt pakkaður púðursykur
- 2 þurrkuð lárviðarlauf
- 2 hvítlauksrif, söxuð
- 2 tsk salt og svartur pipar
- 1 matskeið heit sósa
- 1 matskeið laukduft
- 2 tugir hráar, hrærðar ostrur
- ¼ bolli ólífuolía
- ½ bolli (1 stafur) ósaltað smjör
- 1 tsk hvítlauksduft

**LEIÐBEININGAR:**
a) Blandið vatni, sojasósu, Worcestershire, salti, sykri, lárviðarlaufum, hvítlauk, pipar, heitri sósu og laukdufti í stórt ílát.
b) Setjið hráu ostrurnar í saltvatnið og kælið yfir nótt.
c) Setjið ostrurnar á grillmottu sem ekki festist, dreypið ólífuolíu yfir og setjið mottuna í reykvélina.
d) Reykið ostrurnar í 1½ til 2 klukkustundir, þar til þær eru stífar. Berið fram með smjörinu og hvítlauksduftinu.

# 61.Ostrur með sósu Mignonette

**HRÁEFNI:**
- 12 ostrur
- fyrir mignonette sósuna
- 3 msk gæða hvítvínsedik
- 1 tsk sólblómaolía
- ¼ tsk grófmulin hvít piparkorn
- 1 msk vorlaukstoppar mjög þunnar sneiðar

**LEIÐBEININGAR:**

a) Til að opna ostrurnar skaltu vefja annarri hendinni inn í viskustykki og halda ostrunni í henni með flata skelina efst. Ýttu oddinum á ostrushnífnum inn í lömina, sem er á þrengsta punktinum, og sveifðu hnífnum fram og til baka þar til lömin brotnar og þú getur rennt hnífnum á milli skeljanna tveggja.

b) Snúðu oddinum á hnífnum upp til að lyfta upp efstu skelinni, skera í gegnum liðbandið og lyfta skelinni af.

c) Losaðu ostrukjötið úr neðstu skurninni og fjarlægðu, taktu út smá bita af skelinni.

d) Blandið saman hráefninu fyrir sósuna rétt áður en hún er borin fram. Setjið ostrukjötið aftur í skeljarnar og skeiðið smá af sósunni á hverja og berið fram.

# 62. Ostrur með kampavíni Sabayon

**HRÁEFNI:**
- 8 ostrur
- fyrir kampavínssabayon
- 200ml (7fl oz) kampavín
- klípa af flórsykri
- 3 eggjarauður
- 75 g (3oz) skýrt smjör, heitt
- smá cayenne pipar

**LEIÐBEININGAR:**

a) Forhitið grillið hátt. Opnaðu ostrurnar og helltu safanum frá hverri þeirra. Setjið þær, enn í hálfum skelinni, á stóra grillbakka, hyljið með filmu og setjið til hliðar.

b) Setjið kampavínið og sykurinn á litla pönnu, látið suðuna koma upp og sjóðið hratt þar til það er minnkað í 4 matskeiðar. Hellið í stóra hitaþolna skál og látið kólna.

c) Bætið eggjarauðunum út í, setjið skálina yfir pönnu með varla sjóðandi vatni og þeytið kröftuglega þar til blandan hefur aukist gífurlega að rúmmáli, er þykk, létt og froðukennd og skilur eftir sig slóð þegar henni er hellt yfir yfirborðið.

d) Takið skálina af hellunni og þeytið heitu, skýra smjörinu rólega út í. Kryddið eftir smekk með smá salti.

e) Setjið 1 matskeið af kampavíns-sabayon yfir hverja ostrur og stráið smá klípu af cayenne pipar yfir hverja og eina. Setjið undir grillið í um 30 sekúndur þar til þær eru ljósbrúnar og skiptið síðan ostrunum á milli tveggja diska og berið fram strax.

f) Til að gera skýrt smjör, setjið smjörið í litla pönnu og látið það standa yfir mjög lágum hita þar til það hefur bráðnað.

# 63. Djúpsteiktar ostrur með chili-hvítlaukskonfetti

**HRÁEFNI:**
- 1 (16 únsur) ílát lítil shucked ostrur
- ½ bolli hrísgrjónamjöl
- ½ bolli alhliða hveiti, skipt
- ½ tsk lyftiduft
- Kosher salt
- Malaður hvítur pipar
- ¼ tsk laukduft
- ¾ bolli freyðivatn, kælt
- 1 tsk sesamolía
- 3 bollar jurtaolía
- 3 stór hvítlauksgeirar, þunnar sneiðar
- 1 lítið rautt chili, smátt skorið
- 1 lítill grænn chili, smátt skorinn
- 1 rauðlaukur, þunnar sneiðar

**LEIÐBEININGAR:**
a) Hrærið saman hrísgrjónamjölinu, ¼ bolla af alhliða hveiti, lyftidufti, smá salti og hvítum pipar og laukdufti í blöndunarskál. Bætið freyðivatninu og sesamolíu saman við, blandið þar til það er slétt og setjið til hliðar.
b) Í wok, hitaðu jurtaolíuna yfir miðlungs háan hita í 375 ° F, eða þar til hún kúla og síast í kringum endann á tréskeið.
c)  Þurrkaðu ostrurnar með pappírshandklæði og dýptu í ¼ bolla sem eftir er af alhliða hveiti. Dýfið ostrunum einni í einu í hrísgrjónamjölsdeigið og lækkið varlega í heitu olíuna.
d)  Steikið ostrurnar í 3 til 4 mínútur, eða þar til þær eru gullinbrúnar. Flyttu yfir á vírkælingu sem sett er yfir bökunarplötu til að tæma. Stráið létt salti yfir.
e)  Settu olíuhitastigið aftur í 375°F og steiktu hvítlaukinn og chili í stutta stund þar til þau eru stökk en samt skærlituð, um það bil 45 sekúndur. Lyftið upp úr olíunni með vírskúmmu og setjið á pappírsklædda disk.
f)  Raðið ostrunum á fat og stráið hvítlauk og chili yfir. Skreytið með sneiðum lauknum og berið fram strax.

## 64. Grillaðar ostrur með hvítlauksparmesansmjöri

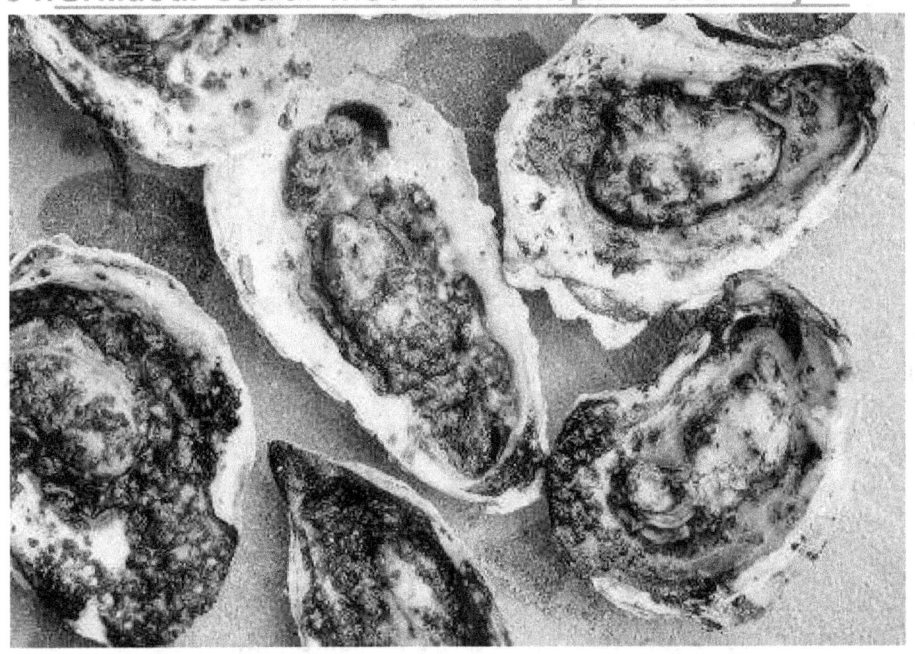

**HRÁEFNI:**
- 24 ostrur, hrærðar, með hálfum skeljum fráteknum
- 1/2 bolli ósaltað smjör, mildað
- 2 hvítlauksgeirar, saxaðir
- 1/2 bolli rifinn parmesanostur
- 1/4 bolli söxuð fersk steinselja
- Salt og pipar, eftir smekk
- Sítrónubátar, til framreiðslu

**LEIÐBEININGAR:**
a) Forhitið grillið í háan hita.
b) Blandið saman smjöri, hvítlauk, parmesanosti, steinselju, salti og pipar í litla skál þar til það hefur blandast vel saman.
c) Setjið ostruskeljarnar á grillið.
d) Setjið örlítið magn af parmesan hvítlaukssmjörinu í hverja skel.
e) Setjið ostrur ofan á smjörið í hverri skel.
f) Setjið meira hvítlauks parmesan smjör ofan á hverja ostrur.
g) Grillið ostrurnar í um 5 mínútur, eða þar til smjörið er bráðið og ostrurnar eru soðnar í gegn.
h) Berið fram heitt með sítrónubátum.

## 65.Oyster Po' Boy

**HRÁEFNI:**
- 1 pint ferskar ostrur, hrærðar
- 1 bolli alhliða hveiti
- 1 tsk. hvítlauksduft
- 1 tsk. paprika
- 1/2 tsk. cayenne pipar
- Salt og svartur pipar, eftir smekk
- Jurtaolía, til steikingar
- Franska brauðbollur
- Salat, sneiðar tómatar og majónesi til framreiðslu

**LEIÐBEININGAR:**

a) Blandið saman hveiti, hvítlauksdufti, papriku, cayennepipar, salti og svörtum pipar í grunnt fat og hrærið saman.

b) Í stórri pönnu skaltu hita um 1 tommu af jurtaolíu yfir miðlungs háan hita. Dýptu ostrunum í hveitiblönduna, hristu umframmagn af og steiktu í lotum þar til þær eru gullinbrúnar og stökkar, um það bil 2-3 mínútur í hverri lotu. Tæmið ostrurnar á pappírshandklæði.

c) Skerið franskbrauðið í tvennt eftir endilöngu og dreifið majónesi á báðar hliðar. Bætið við káli og sneiðum tómötum og setjið síðan steiktu ostrurnar ofan á. Berið fram heitt.

# 66.Virginia skinka og ostrur

**HRÁEFNI:**
- 1 pund Virginia skinka, í teningum
- 2 bollar hrærðar ostrur og vökvi þeirra
- 1/2 bolli smjör
- 1/2 bolli hveiti
- 2 bollar mjólk
- 1/2 tsk salt
- 1/4 tsk svartur pipar
- Bræðið smjörið við meðalhita í stórum potti.

**LEIÐBEININGAR:**

a) Blandið hveitinu út í og eldið í 1-2 mínútur, eða þar til blandan er gullinbrún.
b) Þeytið mjólk og ostruvökva smám saman út í og hrærið stöðugt í.
c) Bætið skinku og ostrunum út í og eldið í 10-12 mínútur, eða þar til ostrurnar eru eldaðar í gegn.
d) Kryddið með salti og svörtum pipar.
e) Berið fram heitt.

# 67.Ostrur og rakhnífasamloka

**HRÁEFNI:**
- 2 tugir ostrur
- 2 Tuf Razor samloka
- 2 matskeiðar fersk jalapeno paprika
- ½ bolli rauðvínsedik
- 2 matskeiðar Sykur
- 1 tsk Salt
- 2 matskeiðar rauðlaukur; smátt saxað
- 6 myntublöð; chiffonade

**LEIÐBEININGAR:**
a) Forhitið grill eða grill.
b) Skrúbbaðu og hreinsaðu ostrur og rakhnífasamlokur og tæmdu
c) Setjið saxaða papriku, edik, sykur, salt, lauk og myntu í litla blöndunarskál og hrærið saman.
d) Setjið skelfisk á grillið og eldið þar til skeljarnar opnast.
e) Takið út og setjið á fat þakið steinsalti.
f) Setjið dýfingarsósu í miðjuna og berið fram með kokteilgöflum.

## 68.Ostru og spínat fylltar kjúklingabringur

**HRÁEFNI:**
- 4 beinlausar, roðlausar kjúklingabringur
- 16 ferskar ostrur, hrærðar
- 1 bolli ferskt spínat, saxað
- 1/2 bolli fetaostur, mulinn
- 2 matskeiðar ólífuolía
- Salt og pipar eftir smekk
- Sítrónubátar til framreiðslu

**LEIÐBEININGAR:**
a) Forhitið ofninn í 375°F (190°C).
b) Blandið söxuðu spínati og mulnu feta í skál.
c) Skerið vasa í hverja kjúklingabringu.
d) Fylltu hvern vasa með spínati- og fetablöndunni og ostrunum.
e) Kryddið kjúklingabringur með salti og pipar.
f) Hitið ólífuolíu í ofnþolinni pönnu og steikið kjúklinginn á báðum hliðum.
g) Settu pönnuna yfir í ofninn og bakaðu í 20-25 mínútur eða þar til kjúklingurinn er eldaður í gegn.
h) Berið fram með sítrónubátum.

# 69.Ostru- og rækjupasta

**HRÁEFNI:**
- 1 pund linguine eða spaghetti
- 16 ferskar ostrur, hrærðar
- 1 pund stór rækja, afhýdd og afveguð
- 4 hvítlauksgeirar, saxaðir
- 1/2 bolli hvítvín
- 1 bolli kirsuberjatómatar, helmingaðir
- 1/4 bolli fersk steinselja, söxuð
- Ólífuolía
- Salt og pipar eftir smekk
- Rifinn parmesanostur til framreiðslu

**LEIÐBEININGAR:**
a) Eldið pasta samkvæmt leiðbeiningum á pakka.
b) Á pönnu, steikið hvítlauk í ólífuolíu þar til hann er ilmandi.
c) Bætið rækjum og ostrum saman við, eldið þar til rækjurnar eru bleikar.
d) Hellið hvítvíni út í og látið malla í nokkrar mínútur.
e) Hellið kirsuberjatómötum og ferskri steinselju út í.
f) Kryddið með salti og pipar.
g) Blandið sjávarréttablöndunni saman við soðið pasta.
h) Berið fram með rifnum parmesanosti.

## 70.Grillaðir Oyster Tacos

**HRÁEFNI:**
- 16 ferskar ostrur, hrærðar
- 8 litlar hveiti tortillur
- 1 bolli rauðkál, rifið niður
- 1 avókadó, skorið í sneiðar
- Limebátar til framreiðslu
- Chipotle Mayo eða uppáhalds sósan þín

**LEIÐBEININGAR:**
a) Forhitið grillið.
b) Grillið ostrur í 2-3 mínútur á hvorri hlið.
c) Heitar tortillur á grillinu.
d) Settu saman taco með grilluðum ostrum, rifnum rauðkáli og sneiðum avókadó.
e) Dreypið chipotle majó eða uppáhalds sósunni yfir.
f) Berið fram með limebátum.

# 71.Ostru og beikon Carbonara

**HRÁEFNI:**
- 1 pund spaghetti
- 16 ferskar ostrur, hrærðar
- 8 beikonsneiðar, saxaðar
- 4 hvítlauksgeirar, saxaðir
- 3 stór egg
- 1 bolli rifinn Pecorino Romano ostur
- Salt og svartur pipar eftir smekk
- Fersk steinselja til skrauts

**LEIÐBEININGAR:**
a) Eldið spaghetti samkvæmt leiðbeiningum á pakka.
b) Eldið saxað beikon á pönnu þar til það er stökkt.
c) Bætið söxuðum hvítlauk út í og steikið í eina mínútu.
d) Þeytið saman egg, Pecorino Romano ost, salt og svartan pipar í skál.
e) Tæmið soðið spagettí og bætið því á pönnuna með beikoni og hvítlauk.
f) Hellið eggja- og ostablöndunni yfir pastað og hrærið hratt saman.
g) Bætið shucked ostrum saman við og blandið þar til þær eru orðnar í gegn.
h) Skreytið með ferskri steinselju.
i) Berið fram strax.

## 72. Oyster og Teriyaki hrærið

**HRÁEFNI:**
- 16 ferskar ostrur, hrærðar
- 2 bollar spergilkál
- 1 rauð paprika, skorin í sneiðar
- 1 gulrót, söxuð
- 1 bolli baunir
- 1/2 bolli teriyaki sósa
- 2 matskeiðar jurtaolía
- 2 bollar soðin jasmín hrísgrjón
- Sesamfræ til skrauts
- Grænn laukur, sneiddur, til skrauts

**LEIÐBEININGAR:**
a) Hitið jurtaolíu í wok eða stórri pönnu.
b) Hrærið spergilkál, papriku, gulrót og baunir þar til þær verða stökkar.
c) Bætið shucked ostrum saman við og hrærið þar til brúnirnar krullast.
d) Hellið teriyaki sósu út í og blandið til að hjúpa.
e) Berið fram yfir soðnum jasmín hrísgrjónum.
f) Skreytið með sesamfræjum og sneiðum grænum lauk.

# SÚPUR OG KÆFUR

## 73. Crockpot humarbisque

**HRÁEFNI:**
- 1 laukur, saxaður
- 5 matskeiðar af smjöri
- 3 grænir blaðlaukar, skornir í sneiðar
- 1 bolli humar, rifinn
- 2 gulrætur, skrældar og skornar í teninga
- 2 bollar af samlokusafa
- 3 bollar klofnar humarskeljar og -halar
- 1 tómatur, fræhreinsaður, afhýddur og saxaður
- 1 bolli ostrur

**LEIÐBEININGAR:**
a) Steikið blaðlauk, lauk, tómata og gulrót í smá smjöri.
b) Flyttu í crockpot ásamt humarskeljum og ostrusvökva og eldaðu á lágum hita í 1 klukkustund.
c) Takið skeljarnar af og fargið þeim.
d) Bætið vökvanum sem eftir er út í á meðan hrært er kröftuglega; látið suðuna koma upp.
e) Bætið ostrum, grænmeti og humarkjöti út í og eldið afhjúpað í um það bil 10 mínútur.

## 74.Ostru- og sætkartöflukæfa

**HRÁEFNI:**
- 16 ferskar ostrur, hrærðar
- 2 sætar kartöflur, skrældar og skornar í teninga
- 1 laukur, saxaður
- 4 bollar kjúklinga- eða grænmetissoð
- 1 bolli kókosrjómi
- 2 matskeiðar ólífuolía
- 1 tsk malað kúmen
- Salt og pipar eftir smekk
- Saxaður grænn laukur til skrauts

**LEIÐBEININGAR:**
a) Steikið saxaðan lauk í potti í ólífuolíu þar til hann er mjúkur.
b) Bætið í hægelduðum sætum kartöflum, möluðu kúmeni, kjúklingi eða grænmetissoði og látið sjóða.
c) Bætið shucked ostrum út í og eldið þar til brúnirnar krullast.
d) Hrærið kókosrjóma út í og látið malla þar til hann er orðinn í gegn.
e) Kryddið með salti og pipar.
f) Skreytið með söxuðum grænum lauk.
g) Berið fram heitt.

## 75. Ostru- og maískæfa

## HRÁEFNI:

- 16 ferskar ostrur, hrærðar
- 1 bolli maískorn
- 4 sneiðar beikon, saxað
- 1 laukur, skorinn í bita
- 2 kartöflur, skornar í bita
- 3 bollar kjúklingasoð
- 1 bolli þungur rjómi
- Salt og svartur pipar eftir smekk
- Saxaður graslaukur til skrauts

## LEIÐBEININGAR:

a) Eldið saxað beikon í stórum potti þar til það verður stökkt.
b) Bætið við hægelduðum lauk og steikið þar til hann er mjúkur.
c) Hrærið í hægelduðum kartöflum og maískjörnum.
d) Hellið kjúklingasoði út í og látið sjóða þar til kartöflurnar eru orðnar meyrar.
e) Bætið shucked ostrum saman við og eldið þar til brúnirnar krullast.
f) Hellið þungum rjóma út í og látið malla þar til hann er orðinn í gegn.
g) Kryddið með salti og svörtum pipar.
h) Skreytið með söxuðum graslauk.
i) Berið fram heitt.

## 76.Ostrusúpa með engifer

## HRÁEFNI:

- 12 Kyrrahafs ostrur
- 1,5 lítrar (2½ lítra) kalt og gæða kjúklingakraftur
- 2 tsk taílensk fiskisósa
- 1 tsk létt sojasósa
- 1 meðalheitur grænn chilli, fræhreinsaður og saxaður gróft
- 1 cm (½ tommu) stykki af fersku engiferrót, skorið í sneiðar
- 100 g (4oz) ódýrt hvítfiskflök, smátt saxað
- 50 g (2oz) blaðlaukur, þunnar sneiðar
- 1 eggjahvíta
- nokkur lauf af estragon, kervel og unga flatblaða steinselju, til að skreyta

## LEIÐBEININGAR:

a) Opnaðu ostrurnar og helltu safanum af í skál. Losaðu ostrukjötið úr skeljunum og haltu því kælt þar til þess þarf.

b) Setjið ostrusafa, kalt kjúklingakraft, taílenska fiskisósu, sojasósu, græna chilli, engifer, hakkaðan fisk, blaðlauk, eggjahvítu og 1 teskeið af salti á stóra pönnu.

c) Setjið yfir meðalhita og látið suðuna koma rólega upp og hrærið í blöndunni öðru hvoru. Leyfið soðinu að sjóða kröftuglega í 5–10 sekúndur, lækkið síðan hitann og látið malla óáreitt í 30 mínútur.

d) Setjið súpuna á hreina pönnu í gegnum fínt sigti klætt með tvöfaldri þykkt múslíni. Skerið ostrukjötið eftir endilöngu í 2 eða 3 sneiðar, allt eftir stærð þeirra.

e) Látið suðuna koma upp aftur, bætið ostrusneiðunum út í og látið þær sjóða varlega í aðeins 5 sekúndur.

f) Setjið síðan súpuna í heitar skálar og stráið hverri ríkulega með kryddjurtablöðunum. Berið fram strax.

# 77. Reykt ostrusúpa og kartöflusúpa

**HRÁEFNI:**
- 16 ferskar ostrur, hrærðar
- 4 kartöflur, skrældar og skornar í teninga
- 1 laukur, skorinn í bita
- 4 bollar kjúklingasoð
- 1 bolli mjólk
- 4 sneiðar beikon, soðið og mulið
- 2 matskeiðar smjör
- Reykt paprika og graslauk til skrauts
- Salt og pipar eftir smekk

**LEIÐBEININGAR:**
a) Í potti, steikið hægelduðum lauk í smjöri þar til hann er mjúkur.
b) Bætið niðurskornum kartöflum, kjúklingasoði út í og látið sjóða.
c) Bætið shucked ostrum út í og eldið þar til brúnirnar krullast.
d) Hrærið mjólk út í og látið malla þar til hún er orðin í gegn.
e) Kryddið með salti og pipar.
f) Hellið súpunni í skálar og toppið með muldum beikoni, reyktri papriku og saxuðum graslauk.
g) Berið fram heitt.

## 78.Lotus rótar- og sveppasúpa

## HRÁEFNI:

- 340 g lótusrót, hreinsuð og skorin í bita
- 40 g sjávarmosi
- 8 stykki kínverskir sveppir
- 8 stykki þurrkuð ostrur
- 2 lítrar af glæru kjúklingakrafti

## LEIÐBEININGAR:

a) Leggið sveppinn í bleyti og skerið stilkinn hreinan.
b) Leggið í bleyti og hreinsið þurrkaðar ostrur og sjávarmosa.
c) Bætið öllu hráefninu við í soðpottinn og látið suðuna koma upp.
d) Lækkið hitann og eldið í 2 klst.
e) Kryddið með salti.

# 79.Lagniappe chili

**HRÁEFNI:**

- 1 pund Þurrkaðar pinto baunir
- 6 lítrar af vatni eða nautakrafti
- 2 lárviðarlauf
- 3 aura þurrkaðir tómatar
- 1 matskeið Salvía
- 1 tsk Oregano
- 3 tsk Cayenne duft
- 1 matskeið Svart sinnepsfræ; steikt
- 1 matskeið kúmenfræ; steikt
- ½ bolli Worcestershire sósa
- ½ bolli Nuoc mam
- ¼ bolli svartur pipar
- ¼ bolli heit paprika
- ¼ bolli Malað kúmen
- 4 stórar Chipotle paprikur; rifið í sundur
- 2 stórar Jalapeno paprikur; hakkað
- 2 pund ferskir tómatar; hakkað
- 1 dós (28 oz) skrældar tómatar; hakkað
- 12 aura tómatmauk
- 2 höfuð hvítlaukur; ýtt
- 2 stórir gulir laukar; hakkað
- 4 matskeiðar Canola olía
- 1 pund Kielbasa
- 3 pund nautahakk
- 2 matskeiðar Þurrkaðar rækjur
- 1 bolli Reyktar ostrur
- ¼ bolli hunang
- Salt eftir smekk

**LEIÐBEININGAR:**

a) Leggið pinto baunir í bleyti yfir nótt. Næsta morgun tæmdu baunirnar, fargaðu þeim sem fljóta.

b) Hitið vatn eða nautakraft, bætið pintos saman við. Látið suðuna koma rólega upp, lækkið hitann, bætið lárviðarlaufum út í og látið malla í tvær klukkustundir. Á meðan baunirnar malla, setjið eina matskeið af kúmenfræi og eina matskeið svört sinnepsfræ í litla þurra pönnu. Kveiktu á háum hita og eldaðu, hrærðu stöðugt, þar til fræ *bara* byrja að poppa. Takið strax af hitanum og myljið í mortéli eða matvinnsluvél. Áskilið.

c) Næst skaltu bæta öllu þurru kryddi, tómötum og chipotle papriku við baunirnar. Hrærið vel. Bætið worcestershire sósu og nuoc mam út í, hrærið. Setjið fjórar matskeiðar af olíu í stóra pönnu, saxið lauk og jalapeno papriku og steikið við meðalhita þar til laukurinn er hálfgagnsær. Bætið við chili pottinn, hrærið. Skerið eitt pund af kielbasa í sneiðar, brúnið á pönnu, bætið við chili. Brúnið nú þrjú pund af nautahakkinu, skerið með spaða í hæfilega stóra bita. Takið af hitanum, hellið af og bætið við chili.

d) Þrýstið nú tveimur hausum (um 25 geirar) af hvítlauk í chili. Bætið þurrkuðum rækjum og reyktum ostrum saman við. Hrærið, látið suðuna koma upp, lækkið niður í miðlungs suðu og eldið, þakið, í eina til tvær klukkustundir til viðbótar, hrærið af og til.

e) Um það bil fimmtán mínútum fyrir framreiðslu bætið við fjórðungi bolla af hunangi, hrærið og saltið eftir smekk. Takið af hitanum og berið fram.

## 80.Krydduð ostrusúpa og tómatsúpa

## HRÁEFNI:

- 16 ferskar ostrur, hrærðar
- 1 laukur, saxaður
- 2 hvítlauksgeirar, saxaðir
- 1 dós (28 aura) tómatar í teningum
- 4 bollar kjúklingasoð
- 1 tsk reykt paprika
- 1/2 tsk cayenne pipar
- Salt og pipar eftir smekk
- Ferskt kóríander til skrauts

## LEIÐBEININGAR:

a) Steikið saxaðan lauk og saxaðan hvítlauk í potti þar til það er mjúkt.
b) Bætið við hægelduðum tómötum og kjúklingasoði, látið suðuna koma upp.
c) Lækkið hitann og látið malla í 15 mínútur.
d) Bætið shucked ostrum út í og eldið þar til brúnirnar krullast.
e) Hrærið reyktri papriku og cayenne pipar saman við.
f) Kryddið með salti og pipar.
g) Skreytið með fersku kóríander.
h) Berið fram heitt.

# 81.Ostrus- og blaðlaukskartöflusúpa

**HRÁEFNI:**
- 16 ferskar ostrur, hrærðar
- 2 blaðlaukar, skornir í sneiðar
- 3 kartöflur, skrældar og skornar í teninga
- 4 bollar kjúklinga- eða grænmetissoð
- 1 bolli mjólk
- 2 matskeiðar smjör
- Salt og pipar eftir smekk
- Ferskt dill til skrauts

**LEIÐBEININGAR:**
a) Í potti, steikið sneið blaðlaukur í smjöri þar til hann er mjúkur.
b) Bætið niðursneiddum kartöflum, kjúklingi eða grænmetissoði út í og látið sjóða þar til kartöflurnar eru mjúkar.
c) Bætið shucked ostrum út í og eldið þar til brúnirnar krullast.
d) Hellið mjólk út í og látið malla þar til það er hitað í gegn.
e) Kryddið með salti og pipar.
f) Skreytið með fersku dilli.
g) Berið fram heitt.

## 82.Asísk chrysanthemum skál

**HRÁEFNI:**
- 2 lítrar kjúklingasoð
- ¾ matskeið sesamolía
- 2 tsk Salt
- 4 aura baunaþræðir sellófan núðlur
- 1 Kálhaus, rifið niður
- 1 pund spínat, ferskt
- 2 Beinlausar kjúklingabringur
- 8 aura af kjúklingalifur
- 8 aura af svínalund
- 8 aura af þéttum hvítum fiski
- 8 aura rækjur
- 1 bolli ostrur
- 3 matskeiðar sojasósa
- 2 matskeiðar Sherry
- 2 stórar Chrysanthemums

**LEIÐBEININGAR:**
a) Skerið allt kjöt og grænmeti á kínverskan hátt.
b) Hitið kjúklingakraft, olíu og salt að suðu í potti.
c) Raðið núðlum og öllu hráefni fallega á fat.
d) Bætið sherry og sojasósu við freyðandi soðið.
e) Gefðu gestum matpinna og framreiðsluskálar. bjóða gestum að bæta hráefninu í soðið.
f) Látið elda aðeins þar til fiskur og rækjur eru ógagnsæar.
g) Rétt áður en gestir bera sig fram úr pottinum, stráið laufum af chrysantemumnum ofan á freyðandi súpuna.
h) Berið súpu fram í skálum.

# 83.Ostrus- og villisveppabisque

**HRÁEFNI:**

- 16 ferskar ostrur, hrærðar
- 2 bollar villisveppir, skornir í sneiðar
- 1 laukur, skorinn í bita
- 4 hvítlauksgeirar, saxaðir
- 4 bollar kjúklinga- eða grænmetissoð
- 1 bolli þungur rjómi
- 2 matskeiðar ólífuolía
- Salt og pipar eftir smekk
- Fersk timjanblöð til skrauts

**LEIÐBEININGAR:**

a) Í potti, steikið hægelduðum lauk og hakkaðri hvítlauk í ólífuolíu þar til það er mjúkt.
b) Bætið sneiðum villisveppum út í og eldið þar til þeir eru mjúkir.
c) Hellið kjúklinga- eða grænmetissoði út í og látið suðuna koma upp.
d) Bætið shucked ostrum út í og eldið þar til brúnirnar krullast.
e) Hrærið þungum rjóma saman við og látið malla þar til hann er orðinn í gegn.
f) Kryddið með salti og pipar.
g) Skreytið með fersku timjanlaufi.
h) Berið fram heitt.

# 84.Ostrusúpa og ristað rauð piparsúpa

### HRÁEFNI:
- 16 ferskar ostrur, hrærðar
- 2 rauðar paprikur, ristaðar og afhýddar
- 1 laukur, saxaður
- 2 gulrætur, saxaðar
- 4 bollar kjúklinga- eða grænmetissoð
- 1 bolli kókosmjólk
- 2 matskeiðar ólífuolía
- Salt og pipar eftir smekk
- Reykt paprika til skrauts

### LEIÐBEININGAR:
a) Steikið saxaðan lauk og gulrætur í potti í ólífuolíu þar til það er mjúkt.
b) Bætið ristuðum og afhýddum rauðri papriku, kjúklinga- eða grænmetissoði út í og látið sjóða.
c) Bætið shucked ostrum út í og eldið þar til brúnirnar krullast.
d) Blandið súpunni þar til hún er slétt.
e) Hrærið kókosmjólk út í og látið malla þar til það er hitað í gegn.
f) Kryddið með salti og pipar.
g) Skreytið með stökki af reyktri papriku.
h) Berið fram heitt.

## 85.Ostru og maís Velouté

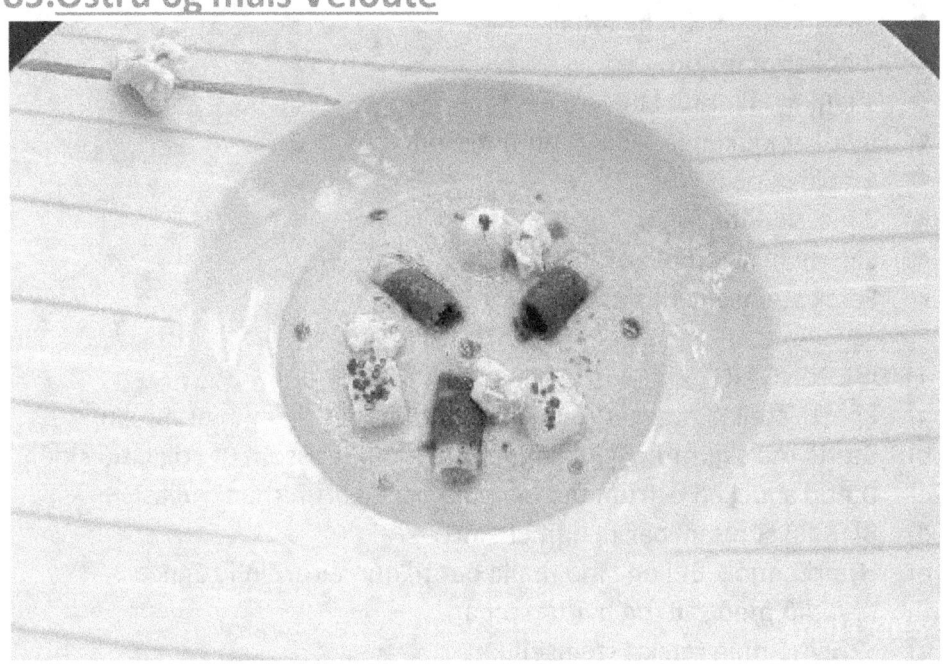

## HRÁEFNI:
- 16 ferskar ostrur, hrærðar
- 2 bollar maískorn
- 1 laukur, skorinn í bita
- 4 bollar kjúklinga- eða grænmetissoð
- 1 bolli mjólk
- 2 matskeiðar smjör
- Salt og hvítur pipar eftir smekk
- Fersk steinselja til skrauts

## LEIÐBEININGAR:
a) Í potti, steikið hægelduðum lauk í smjöri þar til hann er mjúkur.
b) Bætið maískjörnum, kjúklinga- eða grænmetissoði út í og látið sjóða.
c) Bætið shucked ostrum út í og eldið þar til brúnirnar krullast.
d) Blandið súpunni þar til hún er slétt.
e) Hrærið mjólk út í og látið malla þar til hún er orðin í gegn.
f) Kryddið með salti og hvítum pipar.
g) Skreytið með ferskri steinselju.
h) Berið fram heitt.

## 86.Ostru og saffran sjávarréttasúpa

**HRÁEFNI:**
- 16 ferskar ostrur, hrærðar
- 1/2 bolli rækjur, afhýddar og afvegaðar
- 1/2 bolli hörpuskel
- 1 laukur, smátt saxaður
- 2 hvítlauksgeirar, saxaðir
- 4 bollar fiskikraftur
- 1/4 tsk saffranþræðir
- 1 bolli niðurskornir tómatar
- 2 matskeiðar ólífuolía
- Salt og pipar eftir smekk
- Ferskt kóríander til skrauts

**LEIÐBEININGAR:**
a) Steikið saxaðan lauk og saxaðan hvítlauk í potti í ólífuolíu þar til það er mjúkt.
b) Bætið við rækjum og hörpuskel, eldið þar til þær fara að verða ógagnsæjar.
c) Hellið fiskikrafti, saffranþráðum og sneiðum tómötum út í. Látið malla í 10-15 mínútur.
d) Bætið shucked ostrum út í og eldið þar til brúnirnar krullast.
e) Kryddið með salti og pipar.
f) Skreytið með fersku kóríander.
g) Berið fram heitt.

## 87. Rjómalöguð ostrur og kartöflukæfa

**HRÁEFNI:**
- 16 ferskar ostrur, hrærðar
- 4 kartöflur, skrældar og skornar í teninga
- 1 laukur, saxaður
- 4 bollar kjúklingasoð
- 1 bolli þungur rjómi
- 2 matskeiðar smjör
- 2 matskeiðar alhliða hveiti
- Beikonbitar til skrauts
- Saxaður graslaukur til skrauts
- Salt og pipar eftir smekk

**LEIÐBEININGAR:**
a) Í potti, steikið saxaðan lauk í smjöri þar til hann er mjúkur.
b) Bætið niðursneiddum kartöflum og kjúklingasoði saman við, látið malla þar til kartöflurnar eru orðnar meyrar.
c) Í litlum potti, búðu til roux með því að bræða smjör og hræra í hveiti þar til það er slétt.
d) Þeytið rouxið smám saman út í súpuna til að þykkna.
e) Bætið shucked ostrum út í og eldið þar til brúnirnar krullast.
f) Hellið þungum rjóma út í og látið malla þar til hann er orðinn í gegn.
g) Kryddið með salti og pipar.
h) Skreytið með beikonbitum og söxuðum graslauk.
i) Berið fram heitt.

## 88.Ostrus og sellerí súpa

**HRÁEFNI:**
- 16 ferskar ostrur, hrærðar
- 1 sellerí, afhýdd og skorin í teninga
- 1 blaðlaukur, skorinn í sneiðar
- 4 bollar kjúklinga- eða grænmetissoð
- 1 bolli mjólk
- 2 matskeiðar ólífuolía
- 1 tsk malaður múskat
- Salt og hvítur pipar eftir smekk
- Ferskt timjan til skrauts

**LEIÐBEININGAR:**
a) Í potti, steikið sneið blaðlaukur í ólífuolíu þar til hann er mjúkur.
b) Bætið niðursellerí og kjúklinga- eða grænmetissoði saman við og látið malla þar til selleríið er meyrt.
c) Bætið shucked ostrum út í og eldið þar til brúnirnar krullast.
d) Hrærið mjólk út í og látið malla þar til hún er orðin í gegn.
e) Kryddið með möluðum múskati, salti og hvítum pipar.
f) Skreytið með fersku timjan.
g) Berið fram heitt.

# 89. Reykt Oyster Chowder

## HRÁEFNI:

- 16 reyktar ostrur, niðursoðnar
- 4 kartöflur, skrældar og skornar í teninga
- 1 laukur, skorinn í bita
- 4 bollar kjúklingasoð
- 1 bolli mjólk
- 2 matskeiðar smjör
- 2 matskeiðar alhliða hveiti
- Reykt paprika til skrauts
- Hakkað steinselja til skrauts
- Salt og pipar eftir smekk

## LEIÐBEININGAR:

a) Í potti, steikið hægelduðum lauk í smjöri þar til hann er mjúkur.
b) Bætið niðursneiddum kartöflum og kjúklingasoði saman við, látið malla þar til kartöflurnar eru orðnar meyrar.
c) Í litlum potti, búðu til roux með því að bræða smjör og hræra í hveiti þar til það er slétt.
d) Þeytið rouxið smám saman út í súpuna til að þykkna.
e) Bætið reyktum ostrum út í og eldið þar til þær eru orðnar í gegn.
f) Hrærið mjólk út í og látið malla þar til hún er orðin í gegn.
g) Kryddið með salti og pipar.
h) Skreytið með reyktri papriku og saxaðri steinselju.
i) Berið fram heitt.

## 90.Ostrus og fennel bisque

**HRÁEFNI:**
- 16 ferskar ostrur, hrærðar
- 1 fennelpera, saxuð
- 1 laukur, saxaður
- 4 bollar kjúklinga- eða grænmetissoð
- 1 bolli þungur rjómi
- 2 matskeiðar ólífuolía
- 1/2 tsk malað kóríander
- Salt og pipar eftir smekk
- Ristað fennelfræ til skrauts

**LEIÐBEININGAR:**
a) Steikið saxaðan lauk og fennel í potti í ólífuolíu þar til það er mjúkt.
b) Bætið við kjúklinga- eða grænmetissoði og látið sjóða þar til fennel er meyr.
c) Bætið shucked ostrum út í og eldið þar til brúnirnar krullast.
d) Hellið þungum rjóma út í og látið malla þar til hann er orðinn í gegn.
e) Kryddið með möluðu kóríander, salti og pipar.
f) Skreytið með ristuðum fennelfræjum.
g) Berið fram heitt.

# SALÖT OG MEÐBÆR

## 91.Ostrusalat og avókadó

**HRÁEFNI:**
- 2 bollar blandað grænmeti
- 16 ferskar ostrur, grillaðar eða pönnusteiktar
- 1 avókadó, skorið í sneiðar
- 1/2 bolli kirsuberjatómatar, helmingaðir
- Balsamic vínaigrette dressing
- Muldur fetaostur til skrauts

**LEIÐBEININGAR:**
a) Raðið blönduðu grænmeti á diska.
b) Toppið með grilluðum eða pönnusteiktum ostrum, avókadósneiðum og kirsuberjatómötum.
c) Dreypið balsamic vínaigrette yfir.
d) Skreytið með muldum fetaosti.
e) Berið fram sem hressandi morgunverðarsalat.

## 92.Ostru Rockefeller salat

**HRÁEFNI:**
- 16 ferskar ostrur, hrærðar
- Blandað salatgrænmeti (ruccola, spínat, karsa)
- 1 bolli kirsuberjatómatar, helmingaðir
- 1/2 bolli mulinn fetaostur
- 1/4 bolli balsamic vinaigrette
- Sítrónubátar til skrauts

**LEIÐBEININGAR:**
a) Raðið blönduðu salati á diski.
b) Efst með shucked ostrur.
c) Dreifið helmingnum kirsuberjatómötum og muldum fetaosti yfir salatið.
d) Dreypið balsamic vínaigrette yfir.
e) Skreytið með sítrónubátum.
f) Berið fram kælt.

## 93. Kínóasalat með ostrum og granatepli

**HRÁEFNI:**
- 16 ferskar ostrur, hrærðar
- 1 bolli soðið kínóa, kælt
- 1 bolli rucola
- 1/2 bolli granatepli fræ
- 1/4 bolli geitaostur, mulinn

**GRENNATEPLNAVINAIGRETTE:**
- 1/4 bolli granateplasafi
- 2 matskeiðar ólífuolía
- 1 matskeið balsamik edik
- 1 tsk hunang
- Salt og pipar eftir smekk

**LEIÐBEININGAR:**
a) Í stórri skál, blandaðu saman soðnu kínóa, rucola, granateplafræjum og muldum geitaosti.
b) Toppaðu quinoa salatið með shucked ostrum.
c) Í lítilli skál, þeytið saman granateplasafa, ólífuolíu, balsamikedik, hunang, salt og pipar til að búa til vinaigrette.
d) Dreypið granatepli vínaigrettunni yfir salatið.
e) Hrærið varlega til að blanda saman.
f) Berið fram við stofuhita.

## 94.Ostru og avókadó gúrkusalat

**HRÁEFNI:**

- 16 ferskar ostrur, hrærðar
- 2 avókadó, skorin í sneiðar
- 1 agúrka, skorin í sneiðar
- 1/4 bolli rauðlaukur, þunnt sneið
- 2 matskeiðar ferskt kóríander, saxað

**LIME VINAIGRETTE:**

- 1/4 bolli ólífuolía
- 2 matskeiðar lime safi
- 1 tsk hunang
- Salt og pipar eftir smekk

**LEIÐBEININGAR:**

a) Raðið avókadósneiðum á framreiðsludisk.
b) Toppið með shucked ostrur og agúrkusneiðar.
c) Dreifið þunnt sneiðum rauðlauk yfir salatið.
d) Í lítilli skál, þeytið saman ólífuolíu, limesafa, hunangi, salti og pipar.
e) Dreypið lime-vínaigrettunni yfir salatið.
f) Stráið söxuðum kóríander yfir.
g) Berið fram strax.

## 95.Ostrusalat og mangósalat með chili-lime dressingu

## HRÁEFNI:

- 16 ferskar ostrur, hrærðar
- 2 mangó, afhýdd og skorin í teninga
- 1 rauð paprika, skorin í teninga
- 1/4 bolli rauðlaukur, smátt saxaður
- 1 jalapeño, þunnt sneið
- Fersk myntulauf til skrauts

## CHILI-LIME DRESSING:

- 3 matskeiðar ólífuolía
- 2 matskeiðar lime safi
- 1 tsk hunang
- 1/2 tsk chili duft
- Salt og pipar eftir smekk

## LEIÐBEININGAR:

a) Raðið mangó í teningum á framreiðsludisk.
b) Toppið með shucked ostrur og hægelduðum rauð papriku.
c) Stráið fínsöxuðum rauðlauk og sneiðum jalapeño yfir salatið.
d) Í lítilli skál, þeytið saman ólífuolíu, limesafa, hunangi, chilidufti, salti og pipar til að gera dressinguna.
e) Dreypið chili-lime dressingunni yfir salatið.
f) Skreytið með fersku myntulaufi.
g) Berið fram kælt.

# 96.Ostrusalat og vatnsmelónusalat

**HRÁEFNI:**
- 16 ferskar ostrur, hrærðar
- 2 bollar vatnsmelóna, í teningum
- 1 bolli fetaostur, mulinn
- 1/4 bolli fersk myntulauf, söxuð
- Balsamic gljáa til að drekka
- Salt og pipar eftir smekk

**LEIÐBEININGAR:**
a) Raðið vatnsmelónu teningum á framreiðsludisk.
b) Toppið með shucked ostrum og muldum fetaosti.
c) Stráið saxaðri ferskri myntu yfir salatið.
d) Stráið balsamikgljáa yfir.
e) Kryddið með salti og pipar.
f) Berið fram kælt.

## 97. Ostrusalat og aspasalat

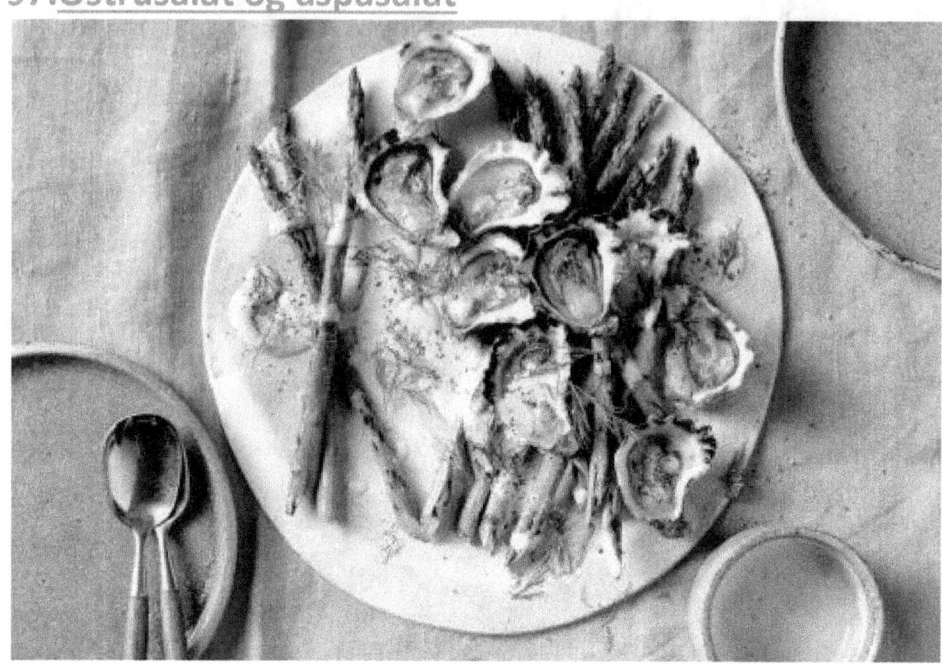

### HRÁEFNI:
- 16 ferskar ostrur, hrærðar
- 1 búnt aspas, hvítaður og skorinn í sneiðar
- Blandað salat grænmeti
- 1/4 bolli furuhnetur, ristaðar

### Sítrónu DIJON VINAIGRETTE:
- 1/4 bolli ólífuolía
- 2 matskeiðar sítrónusafi
- 1 tsk Dijon sinnep
- 1 tsk hunang
- Salt og pipar eftir smekk

### LEIÐBEININGAR:
a) Raðið blönduðu salati á diski.
b) Toppið með sneiðum aspas og shucked ostrur.
c) Í lítilli skál, þeytið saman ólífuolíu, sítrónusafa, Dijon sinnep, hunang, salt og pipar til að búa til vinaigrette.
d) Dreypið Lemon Dijon Vinaigrette yfir salatið.
e) Stráið ristuðum furuhnetum ofan á.
f) Berið fram strax.

## 98.Ostrusalat og kínóa

**HRÁEFNI:**
- 16 ferskar ostrur, hrærðar
- 1 bolli soðið kínóa, kælt
- 1 bolli kirsuberjatómatar, helmingaðir
- 1/2 bolli agúrka, í teningum
- 1/4 bolli fetaostur, mulinn

**LEIÐBEININGAR:**
a) Blandið saman soðnu kínóa, helmingum kirsuberjatómötum, hægelduðum agúrku og muldum fetaosti í stóra skál.
b) Toppið kínóablönduna með shucked ostrur.
c) Hrærið varlega til að blanda saman.
d) Berið fram við stofuhita.

## 99.Ostrusalat og kúskússalat

**HRÁEFNI:**
- 16 ferskar ostrur, hrærðar
- 1 bolli kúskús, soðið og kælt
- 1 agúrka, skorin í teninga
- 1 bolli kirsuberjatómatar, helmingaðir
- 1/4 bolli Kalamata ólífur, sneiddar
- Fetaostur, mulinn

**LEIÐBEININGAR:**
a) Blandið saman soðnu kúskúsi, hægelduðum agúrku, helminguðum kirsuberjatómötum, sneiðum Kalamata ólífum og muldum fetaosti í stóra skál.
b) Toppaðu kúskúsblönduna með shucked ostrur.
c) Hrærið varlega til að blanda saman.
d) Berið fram við stofuhita.

## 100.Ostrus og radísusala

**HRÁEFNI:**
- 16 ferskar ostrur, hrærðar
- 2 bollar rifið hvítkál
- 1 bolli radísur, þunnar sneiðar
- 1/4 bolli grísk jógúrt
- 1 matskeið eplaedik
- 1 tsk Dijon sinnep
- 1 tsk hunang
- Ferskt dill til skrauts
- Salt og pipar eftir smekk

**LEIÐBEININGAR:**
a) Í stórri skál, blandið saman rifnu hvítkáli og þunnt sneiðum radísum.
b) Toppið skálið með shucked ostrur.
c) Þeytið saman gríska jógúrt, eplaedik, Dijon sinnep, hunang, salt og pipar í lítilli skál.
d) Dreypið dressingunni yfir skálina.
e) Skreytið með fersku dilli.
f) Berið fram kælt.

## NIÐURSTAÐA

Þegar við ljúkum ferð okkar í gegnum "Matreiðslubók ostruunnandans" þökkum við einlægt þakklæti okkar fyrir að vera með okkur í þessu bragðmikla ævintýri um heim ostrunnar. Við vonum að þessar 100 ómótstæðilegu sköpunarverk hafi kveikt nýfundna ástríðu fyrir matreiðslumöguleikum sem þessar sjávarkræsingar færa á borðið.

Þessi matreiðslubók er meira en bara samansafn af uppskriftum; það er til vitnis um fjölbreytta og blæbrigðaríka eðli ostrunnar - fagnaðarefni bragðsins, áferðarinnar og gleðinnar sem þær veita þeim sem kunna að meta fegurð sjávarfangs. Þegar þú smakkar síðasta bita þessarar sköpunar, hvetjum við þig til að halda áfram að skoða heim ostrunnar, gera tilraunir með mismunandi afbrigði og matreiðsluaðferðir til að finna þína fullkomnu ostrupplifun.

Megi "Matreiðslubók ostruunnandans" vera uppspretta innblásturs fyrir matreiðsluviðleitni þína, kveikja í samtölum og skapa varanlegar minningar í kringum borðstofuborðið. Þakka þér fyrir að leyfa okkur að vera hluti af þinni ostru-elskandi ferð. Þangað til leiðir okkar liggja saman á ný í ríki dýrindis uppgötvana, gleðilegrar hristingar og að dekra við heim ostrunnar!

www.ingramcontent.com/pod-product-compliance
Lightning Source LLC
Chambersburg PA
CBHW071908110526
44591CB00011B/1601